# பயணப்பாதை

ரஞ்சனி பழனிசாமி

புக் பெஞ்சர்ஸ்

பயணப்பாதை
ஆசிரியர் © ரஞ்சனி பழனிசாமி
முதற்பதிப்பு 2021
பக்கங்கள் 102

Published by Book Benchers 2021


ISBN 978-93-91423-44-5

ThebookBenchers@gmail.com
Contact 9944992571

Affliated By
Aelay Publish
www.aelaypublish.com
Book Benchers:

ரஞ்சனி பழனிசாமி

உங்கள் எழுத்துக்கள் உலகத்துடன் பேசட்டும்
வழங்கும் தொகுப்பு நூல் பயணப்பாதை.

வணக்கம் மக்களே!
தாய்மொழி தமிழுக்கும் அனைத்து தமிழ் உறவுகளுக்கும்
எனது அன்பான வணக்கங்கள்!

பயணங்களை விரும்புபவர்களில் ஒருவராகிய நான்
தற்போது பயணப்பாதை புத்தகத்தில் தொகுப்பாளராக
செயலாற்றுகிறேன்.

பயணங்கள் நம் வாழ்வில் மறக்க முடியாத
ஞாபகங்களை கொடுத்துவிடும். அதுபோல
பயணப்பாதை புத்தகத்தில் கவிதைகளுடன் பயணிக்கும்
போது உங்களுக்கும் அந்த அனுபவத்தை கொடுக்கும்.

பல்வேறு மனநிலைகளில் மேற்கொண்ட தனது
பயணங்களின் அனுபவத்தையும், சில கற்பனைகளுக்கு
உருவம் கொடுத்தும் 60க்கும் மேற்பட்ட எழுத்தாளர்கள்
தங்களது கவித்திறமையை வெளிப்படுத்திய
படைப்புதான் பயணப்பாதை.

இயற்கையை ரசிக்கவும், தனிமையை காதலிக்கவும்,
உறவுகளுடன் அன்பை பகிர்ந்து கொள்ளவும்,
நட்புகளுடன் மகிழ்ச்சியைக் கொண்டாடவும்,
கவலைகளை தகர்த்தெறிந்து புதிய எண்ணங்களை
சிந்திக்கவும், சில வலிகளின் ஆழத்தைப் புரிந்து
கொள்ளவும் என பல சந்தர்ப்பங்களில் மேற்கொண்ட
பயணங்களின் அழகான சுவடுகளை இப்புத்தகத்தில்
காணலாம்.

உங்கள் நினைவுகளில் பூத்திருக்கும் மறக்கமுடியாத
பயணங்களை ஒருமுறை நினைவுபடுத்தி செல்வதாக
பயணப்பாதை புத்தகம் இருக்கும்.

இவர் பெயர் ரஞ்சனி பழனிசாமி. பயணப்பாதை
புத்தகத்தின் தொகுப்பாளர். இவர் தொகுத்து வழங்கும்
முதல் புத்தகம் பயணப்பாதை. இவர் கரூர்
மாவட்டத்தைச் சேர்ந்தவர். இவர் தமிழ் வழியில் கல்வி
பயின்றதை பெருமையாக எண்ணுபவர். சூழ்நிலைகளை
கவிதை வடிவில் உணரவைக்க முயற்சிப்பவர்.
பயணங்கள் மீது தீராத காதல் கொண்டவர். பல கவிதை
தொகுப்பு நூல்களில் இவருடைய கவிதையும் இடம்
பெற்றுள்ளது. தமிழ் கவி உலகில் தடம் பதிக்க தொடர்ந்து
தன் பங்கினை செய்து கொண்டிருப்பவர்.

## ரஞ்சனி பழனிசாமி

வரிசை எண்                      உள்ளடக்கம்

## இரவின் மடியில்

வானில் உலவும் முழுமதி நிலவும்
மண்ணில் உலாவரும் கண்மணி தானும்
இரவு பயணமாய் இருவரும் சேர்ந்து
காலை கதிரவனை காண விரைந்தோமே!

தூரத்து தேசம் துயில் காண
சாலை மார்க்கமாக வழி செய்து
நிலவின் ஒளியில் நிழலும் தொடர்ந்தது!

பயண இரவில் விழித்துச் செல்ல
மின்மினிப் பூச்சியை கையில் பிடித்து
காற்றும் இசையும் இனிதே சேர்ந்தது!

குளிர் பனியும் தேகத்தை சிலிர்த்து
மனதின் இருளில் ஈரம் படர்த்தி
ஜாமத்து வேளையில் வந்து நின்றது!

நித்திரை தேவதைகள் அழைப்பு கொடுத்தும்
உறங்கச் செல்ல இமைகள் மறுத்து
இரவு பயணத்தை நேசிக்க சென்றது!

இருள் தீர்ந்து காலை விடியும் முன்னே
சிட்டுக்குருவி பட்டாளம் இன்னிசை நிகழ்த்த
கிழக்கே வெளுத்து துயில் எழுந்தது!
உறங்கா விழிகள் ஆதவனை தீண்டியது!

-ரஞ்சனி பழனிசாமி

ரஞ்சனி பழனிசாமி

# காலை கவிப்பயணம்

கனவை விடுத்து
களைத்து விழித்து
காலையிலே புன்னகையுடன்
காற்றை சுவாசித்தேன் ஜன்னலுடன் !

கண்ட கனவு களிப்பையூற்ற
கலையாமல் தொடரட்டும் என களைப்பை ஏற்ற
கடைசி இரவு மிச்சம் வைத்த கடமை சற்று
நினைவினையூட்ட
கதகதக்கும் தாய்யவள் சேலை துயிலினைக் கூட்ட
கடக்கும் சில மணித்துளியில்
கண்ணை கொஞ்சம் கசக்கியவாறு
கடிகாரம் நோக்கினேன் !
காலம் அது கள்ளமற்று
வாய் பிளந்து சிரித்தது
ஐந்துமணி காட்டி !

கடமைதனை சற்று தள்ளி வைத்து
காலையதில் காற்றுடன் கைகோர்த்துக்கொண்டு
காணாமற்போகும் விண்மீன்களோடு கண்ணால் கதை
பேசிக்கொண்டு
கண் தெரியாமல் தடுக்கும் என்னை ஏசிக்கொண்டு
களைப்பதனை கண்காணாத்தூரமாய் வழியனுப்பிக்
கொண்டு
கரிசனையாய் கீச்சிடும் பறவை தன் காதலை வழியே
அலசிச்சென்று
கண்ணில்லா காதலது

கருத்துற்றுக் கலப்பதனை
எனை நானே ஏற்றுக்கொண்டும்
காதலையும் தாண்டியொரு
கனவுகளற்ற களபம் இல்லா கருவறை
தனிமைதனை வியந்துகொண்டும்
கனவுகளற்ற அது தரும் இனிமைதனை இயைந்து
கொண்டும்
கணக்காசிரியருக்கு கருப்பொருளான
நேரம் தவறாமையையும் இங்கு
தோற்கடிக்கச் செய்துவிடும்
காலம் சொல்லும் ஞாயிறு
கண்விழித்து சிவந்து எழுவதையும்
காதுபடக்கேட்கும் ஒரு குளவியின் பசிக்கான
அழுகையையும்
காலம் தனை கண்காணிக்க
காவலாளியான அலைபேசி எழுப்பியினால்
எரிச்சலுற்று எழுவதையும்
என இதுபோன்ற இன்பக் காலை காட்சிகளை –
கண்ட காவியங்களை முடிப்பதற்குள்
காலம் ஒரு மணி நேரம் களவாடக் கண்டதையும்
நினைத்து
கைகோர்த்தக் காலை தென்றலுடன்
காதர் தோல்வியுற்று கடந்து செல்கிறேன்
கடமையின் வசம் !

**-தமிழ்ச் சேவகி - த. சிந்துகவி**

ரஞ்சனி பழனிசாமி

# உன்னை நோக்கி என் பயணம்

நம் வாழ்வில்
எத்தனையோ பயணங்களை
கடந்து வந்திருப்போம்....
ஏதோ ஒரு பயணம் மட்டும்
நம் நினைவில்
அனல் கக்கும் நெருப்பையோ....
பனி சுமக்கும் குளிரையோ....
தந்து விட்டுப் போகும்.....

எனது பயணமோ
உன்னைத் தேடித் தனிமையில்
நான் வருகையில்....
பற்பல பரபரப்பை
பற்பல எதிர்பார்ப்பை
எனக்குள் விதைத்தது ....

என்
ஒரு வாரத்தினை
உன்னோடு கழிக்க இருக்கிறேன்....
என்ற உன்னத கற்பனையை...
உள்ளம் எண்ணிய பூரிப்பில்
தொடர்கிறது.....
உன்னை நோக்கி என் பயணம்...

கிழக்கு கடற்கரைச் சாலையில்
உவர்ப்புக் காற்றை
நாசியெங்கும் பரவ விட்டு....
உன் நினைவுகளை
உள்ளமெங்கும் பரவ விட்டு....
உன்னை நோக்கி ஒரு பயணம்....

பேருந்து பயணங்களில்
ஒன்றையொன்று முந்திக்கொள்ளத் துடிக்கும்
பேருந்துகளைப் போல
ஒன்றையொன்று முந்திக் கொள்ளத் துடிக்கின்றன....
என்
இதழ்களும் ...
விழிகளும்......
முதலில் உன்னிடம் யார் காதலை சொல்வதென்று??!
உன்னை நோக்கி என் பயணம்....

என் விழிகளை ஆர்பறிக்கும்
கடல் அலைகளில் மேய விட்டு ...
என் இதயத்தினை
உன் நினைவுகளால்
ஆள விட்டு
உன்னை நோக்கி என் பயணம்....

அதிவிரைவுப் பேருந்தில்
பயணம் செய்தும் கூட
அதிதிருப்தி அடைகின்றேன்...
ஊர்ந்து செல்லும் மாட்டு வண்டியாய் உணர்கிறேன்......
உனைப் பார்க்கும் அவாவில்
அரை நொடி கூட
அரை யுகமாய் நீள்கிறது எனக்கு...
உன்னை நோக்கி என் பயணம் அமைகையில்...

என் பயணத்தின் போது
உன் அழைப்போ
குறுஞ்செய்தியோ
எதுவுமில்லை என்று
நான் வருந்தியதில்லை....
ஏனென்றால்
உன் நினைவுகள் மட்டுமே
என் பயணங்களை
ஆக்கிரமிப்பு செய்ய வேண்டும் என்பதால்.....

ரஞ்சனி பழனிசாமி

என் பதினைந்து மணி நேர பயணங்களில்....
என் இதயத்தில்
உன் நினைவின்
மணம் மட்டுமே பரவிக் கிடந்தது....

உன்னை நோக்கி என் பயணம் அமைகையில்
சில இடங்களில் மழையும்...
சில இடங்களில் வெயிலும்...
என
பருவநிலை மாற்றங்கள்
மாறி மாறி வருகின்றன...
உன் நினைவுகள் மட்டும்
என் நெஞ்சோடு மாறாமால்
தொடர்கின்றன ....

உன்னோடு நான்
திரும்பும் பயணத்தில்...
சாளர இருக்கையில் ...
உன் விரல்களை இறுகப் பற்றி ...
உன் தோளோடு
என் தலை சாய்த்து...
உன் மார்பின் மெல்லிய
இதய ஓசையை
என் காதலின் கானமாக்கி
உன் நினைவோடு மட்டுமின்றி
நிஜத்தோடும்
ஒரு பயணம் செய்ய
விழைந்து..... விரும்பி....
பேரவாவுற்று ....
உன்னை நோக்கி என் பயணம்.....

**- முனைவர் மு. துர்கா தேவி, திருச்செந்தூர்.**

# எல்லையில்லா சுகம்!


பயணத்தின் போது நம்முடன் இருப்பது
தனிமையோ? உறவுகளோ?
பயணமே நமது சிறந்த துணையன்றோ?

பயணமே!
உன்னை விரும்பாதவர் என
எவரேனும் இவ்வுலகில் உண்டோ?

பயணம்...
அனைவரின் முகத்திலும் சந்தோஷத்தை கொண்டு வரும்
பொன்னான வார்த்தை!

பறவைகளின் பயணம் ஆகாயம் வரை,
விலங்குகளின் பயணம் காடுகள் வரை,
ஆனால் மனிதர்களின் பயணமோ உலகெங்கிலும்!

ஒருவரின் பயணத்தின் போது கிடைப்பது
துன்பமாயினும் அது சுகமான இன்பமே!

சிறந்த பாடத்தைக் கற்றுக் கொடுத்தது
வாழ்க்கைப் பயணம்!

நல்ல நண்பர்களைப் பெற்றுக் கொடுத்தது
பள்ளிக்கூடப் பயணம்!

சுதந்திரமான, பொன்னான நேரங்களைப் பெற்றுத்
தந்தது
கல்லூரி பயணம்!

ரஞ்சனி பழனிசாமி

உண்மையான ஆனந்தத்தைப் பெற்றுத் தந்தது
சுற்றித் திரியும் சுற்றுலா பயணம்!

அனைத்துக் கடவுள்களின் ஆசீர்வாதங்களையும் பெற
உதவியது
ஆலயப் பயணம்!

செல்லும் பாதையில் தடைகள் வந்தாலும்
சுகமான பயணத்தின் முன் அனைத்தும் தோற்றுப்
போகும்.

இவ்வுலகில் வாழும் ஒவ்வொரு உயிரும்
காதலிக்கும் ஒரே பாதை நீயன்றோ?

வாழ்நாள் முழுவதும் இன்பத்தை மட்டுமே
பரிசளிக்கும் ஒரே சொந்தம் நீயே!

-ர.லோஹிதா,மதுரை.

## மழையோடு ஒரு காலடிச்சத்தம்..

ஒரு சிறிய பயணம்,
சற்று நேரத்தில் முடிவடையும் அவசரத்தில்..!
எங்கேயோ செல்ல நினைத்து சென்ற பாதை,
கிளைப் பாதையில் சிறு தூர வாழ்க்கை, சில நொடியில்..!
மழை நனைத்து விடுமென்று தொடங்கிய பாதை -
என்னை
இரசிக்க வைத்தது மழையின் அழகை..!
ஆயிரம் கவலையோடு தொடங்கிய பயணம்,
வாழ்வின் பாடத்தை கற்று தந்தது..!
மழைத்தூறல் சொட்டு சொட்டாய் விழுந்து
கொண்டிருக்க,
பாதை நனைந்தபடி பாதத்திற்கு இதமூட்டியது..!
எதிர்பாரா விதமாய் சிறு பூவைக் கண்டேன்!
பெரும் மழையிலும் தாங்கும் சக்தி உணர்ந்து
திருந்தினேன்..!
கஷ்டங்கள் வந்து தான் தீரும் - அதிலிருந்து
இரசனை கற்றால் மீண்டு வரலாம்..!என்று
மரக்கிளையோரம் ஒரு பறவை நனைந்தபடி
என் கற்பனை கூறியது..!
நனைகிறோமே! என்று இப்பாதையை முடித்து விடாதே!
நனைதலிலும் ஓர் சுகம் கற்றுக்கொள் என்று..!
கற்றேன் அன்று...,,
கஷ்டங்கள் என்னை நனைத்தாலும் –
விழுந்த விதையாய் மீண்டு வருவேன் ...
என்னோடும் என் வார்த்தைகளோடும்  தொடருங்கள்
பயணத்தை...!!

-நர்மதா.சு, கள்ளியின் கிறுக்கல்.

ரஞ்சனி பழனிசாமி

# என்னவனுடன் பயணம்

வழியின் இரு பக்கங்களிலும் பச்சை பசேல் செடிகள்,
கையை தூக்கினால் என்னை உரசும் மேக மூட்டம்,
குளிர் காய இவனின் கை விரல் ,
மனம் குளிர இவனது வார்த்தைகள் ,
எவ்வளவு பணம் கொடுத்தாலும் கிடைக்காத ஆனந்தம்
அந்த பயணத்தில் !
இவன் உடன் இருந்ததாலோ இல்லை,
அந்த நீர் வீழ்ச்சி வந்து என்னை முத்தமிட ஆசை
கொண்டதாலோ ,
யாரும் அனுபவிக்க முடியாத சொர்க்கம் அந்த பயணம்!

- த. அருணா

## நண்பர்களோடு ஓர் பயணம்..

வினாடியை கூட வீணடிக்காத நான்...
பல மணி நேரங்கள் கடந்து
பயணம் தொடர்கிறது....!
நண்பர்களோடு குறும்புகள் செய்ய...
சத்தங்கள் குறையா பேச்சுக்கள்...!
ஜன்னல் ஓரமாய் இரு பார்வைகள்...!
இருக்க இருக்கைகள் இருந்தும்...
இடித்துக்கொண்டு செய்த நடனங்கள்...!
ஆனந்தத்தால் நிறைந்த கண்ணீரோடு....
காற்றோடு காற்றாக...
பாட்டோடு பயணமாக...
சந்தோஷங்களால் பறந்து கொண்டிருக்கிறோம்...!
பயணம் கொண்ட பயணப்பாதையில்...!!!

-மு.மாரிச்செல்வி.

ரஞ்சனி பழனிசாமி

# என்னவனுடன்..!!

முழுமதி வானில் உலாவ,
நட்சத்திர கூட்டங்கள் கண் சிமிட்ட,
மேகங்கள் காற்றில் நகர்ந்து செல்ல,
தென்றல் கானங்கள் பாட,
நமது உரையாடல்கள் மெளனங்களில் தொடர,
விழிகள் வினாக்கள் எழுப்ப,
நாழிகைகள் நகர்ந்து செல்ல,
பதில்கள் மட்டும் கிடைத்தபாடில்லை..!!

ஏன் என விவாதிக்க மனம்
துணியும் பொழுதிலும்,
இதழ்கள் வார்த்தைகளை இசைக்கவில்லை..!!

உடன் இருக்கும் நிமிடங்கள்
மட்டும் போதுமென,
உணர்வுகளது கூக்குரல் செவிகளை எட்ட..!!

பாதங்கள் பாதை அறியாது,
சற்று தடுமாறி நிற்கும் வேளையில்,
உன் விழி வழியே என் வழி உணர்ந்தேன்..!!

கைகோர்த்து நாம் நடந்திட,
சாலைகள் யாவும் முடியாமல் நீள்ந்திட,
நிமிடங்கள் நகராமல் உறைந்திட,
பாதை அது முடிவிலியாக,
சாலை ஓர மரங்கள் சாமரங்கள் வீச,
கடக்கும் ஒவ்வொரு நொடியும் நினைவுகளாக,

உலகம் ஒருகணம் அசையாமல் நின்றது போல,
இதுவரை நான் அறிந்திராத
புது உணர்வது..!!

நிகழ்வது நிஜமா? என
சிந்தனையில் எண்ணம் எழவே,
ஓராயிரம் முறை உன் முகம் பார்த்து தெளிவுபடுத்திக்
கொள்கிறேன்..!!

ஏதும் கடந்து செல்லாத,
பூக்கள் உதிர்ந்து கிடக்கும்
சாலையில்,
பேசும் தூரத்தில் இருந்தும்,
பார்வை போதுமென,
புரிதலின் பிடியில் நாங்கள் இருவரும் என,

இன்றும் நினைவில் நிற்கிறது..!!
மறக்க முடியா பயணமாக..!!
என்னவனுடன்..!!

**-கோகிலவாணி பழனிசாமி**

ரஞ்சனி பழனிசாமி

# இரவு பயணம்

இருள் சூழும் வானில்,
நிலவொளியில்,
குளிர்ந்த காற்றுடன்,
சன்னல் ஓர இருக்கையில்,
நெடுந்தூரம் செல்லும்,
இரவு பயணம்,
மெல்ல வரும் காற்றில்,
கைபேசி இசை கலந்து,
காதோரம் கவி பாட,
என் உறக்கத்தில்,
கனவுகள் இனிதாய் மலர்ந்ததே,
ஊர் வந்ததும்,
உறக்கம் கலைந்து நான் எழ,
மீண்டும் கிடைக்குமா?
என்ற ஏக்கதில்,
இனிதே முடிவு பெற்றது,
என் இரவு பயணம்.

-லோ.சந்தியா

-உங்கள் செல்வா-

## என் பயணக்கதை ஓர் தொடர்கதை.....

நடைப்பாதையும் நரகமாய் தோன்றியது...
எனது ஆதி தேசமும் எங்களை அகதிகள் என்று
அண்டை தேசத்திற்க்கு துரத்தும் போது......

பயணங்கள் எங்களுக்கு புதியதல்ல...
பயமுறுத்தும் பாதைகளும் எங்கள் புதியதல்ல
காலங்கள் பல கடந்தும்
எங்களின் பயணக்கதை கடக்கவில்லை.....

எங்களது சோழ தேசமும்
சோதனைகள் பல நிரம்பி வழிகிறது....
எனது தாய் தேசமும்
தஞ்சம் புகுபவர்களை அனுமதிக்க தயங்குகிறது...

வேதனையில் அடிமையாய்
அடுத்த தேசத்தை நோக்கி
நகரும் தட்டான்கள் நாங்கள்....

-உங்கள் செல்வா-

ரஞ்சனி பழனிசாமி

# பயணக் காதல்

காதல் சிறகுகள் முளைத்தது!!!
திசைகள் கணக்கிலடங்கா போனது.........
ஆஹா விடுமுறைகள் விலையியில்லாதது.....
காலத்தின் மிருதுவான பயணத்தில்
இதமானது இதயம்!!!

மேகபூக்களின் தேன்துளியாம் !!!
சன்னலோர சின்னதூரல்!!!
என்மேலே சிந்தி சிந்திசைக்க,
நீராடி பேருந்தில் செல்கிறேன்....
இது பிரம்மனின் சாலை!!!

குளிரூற்றும் கண்கள் கொண்டு
உலகை பார்த்தால்,
பயணமதில் மதில்கள் கிடையாது
பயணமது கற்று தந்தது
காதலிக்க!!!

ஊஞ்சலென உருவம் எடுக்கும்.....
ஆசையென்று பெயர் சொல்லும்.....
அழகான புயலை அள்ளி தந்து,
கடந்து செல்லும் பயணம்,
அதிசயமானது!!!

பயணமென்னும் யாழுக்கு இனிமை தாங்கி,
இன்னுயிரும் உற்சாகமாக இசை பயிலும்...
தனிமையென்னும் அமைதி அறையில்,
ஆற்றல் அபாரமாக பயணிக்கும்...
மனதை அழகாக்கும்!!!

இலக்கு இலட்சியம் யாவும்
பயணம் தந்த பரிசாக்கும்!!!
வாழ்வின் பயணம்
ஓர் இனிய கவிதை!!!
நம்மை ரசிகனாக்கும்!!

மு. பிரித்தி

ரஞ்சனி பழனிசாமி

# மலைநாட்டு இளவரசி

கனவுகள் மிளிரும்
கல்லூரி வாழ்நாளில்
கண்களில் வசந்தப்
பூஞ்சுனைகள் ஊரும் நன்னாளை
நினைந்து மகிழ்கிறேன்!

நெடுங்காலமாய்
பசுமைப் போர்த்திய
ஏழைகளின் ஊட்டியை
தூரத்திலிருந்து ரயில் பயணங்களில்
கல்லூரிச் சென்று வரும்போது
சன்னலோரக் காட்சிகள்
கண்ணின் தடங்களில் உருண்டன!

கழனியில் காலூன்றி
மண்ணில் உழைப்பைக் கொட்டி
வெண்மணிச் சில்லறைகள் ஈட்டி
ஒவ்வொன்றாய்ச் சேமித்தேன்
இயற்கையே
உன்னை ரசிக்க!

மாங்கனி மாநகர
மத்தியப் பேருந்து நிலையத்தில்
பச்சை வண்ணத்தோடு
பாங்காய் நின்றிருந்தது
கொட்டச்சேடு பயணிகளை
ஏற்றிக்கொண்ட
ஒற்றை வாசல் தாங்கிய
குட்டிப்பேருந்து!

என்கண்கள்
தேடிக கண்டுபிடித்தது
சன்னலோர இருக்கை
அமர்ந்துகொண்டேன்

ஏற்காடு ஏற்காடு என்று
கூவியழைத்த
நடத்துநரின் விசில்சத்ததம் கேட்டு
ஒலியெழுப்பி புகையைக்கக்கி
உருண்டோடியது பேருந்துச்சக்கரம்!

மாநகர வாகன நெருக்கடியில்
எறும்பாய் நகர்ந்து
அடிவாரத்தில் வனக்காப்பாளர்
சோதனைச் சாவடியை அடைந்தது
சற்று இளைப்பாறியது
நிமிர்ந்த பேருந்து
மலையேறத் துவங்கியது!

வளைந்து நெளிந்து கிடந்த
மின்னல் கோடுகளில்
தொடர்ந்தது பயணம்
அடி மலையில்
சாலை இருமருங்கிலும்
சிறு மரங்களும் செடிகளும்
வரவேற்று
கைகாட்டி நகர்ந்தன!

மலைக்கு மேற்கு
சற்று கீழே
டால்மியா போர்டு
பாக்சைட் சுரங்கம்
வெள்ளைமண் குன்றுகள்
ஓமலூர் நகரம் என
எல்லா படிமங்களும்
நீல நிற போர்வைக்குள்
மங்கலாகத் தெரிந்தன!

அரை மலையை கடந்திருக்கக்கூடும்
வெப்பக்காற்று
காணாமல் போயிருந்தது!

ரஞ்சனி பழனிசாமி

சில்லென்ற காற்று
மேனியில் பட்டுச் சிலிர்த்தது!
விண்ணைத் தொடும்
நெடிய மரங்கள்
குளிர் தாங்காமல்
பச்சைப் போர்வைக்குள்
ஒளிந்து கொண்டன!
வானமகள் விசிறி வீச
மேலைக் காற்று பெருக்கெடுத்து
போர்வைகளை விலகச் செய்தது!
என் கண்களயும் குளிரச் செய்தது!

பாதையோரத்தில்
வண்ண வண்ணப் பூஞ்செடிகள்
பூக்களையெல்லாம்
ஒருங்கேத் தொடுத்து
கதம்ப மாலைகளாக செய்து
தோரணமாக கட்டியிருந்தது
வண்ண பூக்களின் வாசம்
என் நாசியில் நுழைந்து
மயக்கமுறச் செய்தன!

மரத்தில் கூடுகட்டி
அங்கே ஓர்
அழகிய மேடையமைத்து
இன்னிசை பாடும் பறவைகள்
அங்கொன்றும் இங்கொன்றுமாக
பல ராகங்களை ஒட்டவைத்து
புத்தம் புதிய
பாட்டுக் கச்சேரி
நடத்திக் கொண்டிருந்தன
கேட்ட என் காதுகள்
இன்னிசை மழையில் நனைந்தன!

கொண்டை ஊசி
வளைவுகளில் மயங்கி

தள்ளாடித் தள்ளாடிச் சென்ற பேருந்து
எப்படியோ
உச்சிமலைக்கு வந்து விட்டது.
அங்கே பால்வண்ண
மேகங்கள் தெரிந்தன
என்ன அவசரமோ
அவைகள்
மரத்தை உரசிக் கொண்டு
விரைவாகச் சென்றன!

ஏற்காடு ஏரி
அதனைச்சுற்றி பெரிய மரங்கள்
படகுகள்
கண்ணாடி கட்டிடங்கள்
பூங்காக்கள்
பறவைகள் மற்றும் விலங்கினங்கள்
சேர்வராயன் கோயில்
மான்போர்ட் பள்ளி
மலையுச்சி பக்கோடா பாயிண்ட்
சேலம் மாநகரத்தை பார்க்க
லேடிஸ் மற்றும் சில்ரன்ஸ் சீட்
இப்படி
மலைநாட்டுப் பேரழகை
ஒவ்வொன்றையும்
புதிதாக கண்டு ரசித்தேன்!

மலைகளின் இளவரசி
அள்ளித் தந்த
அழகிய காட்சிகள்
கண்ணில் தோன்றியது!
நீர்குமிழியாக..,!

-அன்புவேல் வர்மன்

ரஞ்சனி பழனிசாமி

## இன்பமும் துன்பமும்

வான்வெளியெங்கிலும் வசந்தம் பொங்கிட.!!
வயல்வெளியெங்கிலும் பூஞ்சோலைகளாகக்
காட்சியளித்திட.!!
விண்ணில் இருந்து பொழிகின்ற மழைத்துளிகள்
ஒவ்வொன்றுமே.!!
மண்ணில் தவழ்ந்து முத்தத்தை பதிக்கின்றதே.!!
எந்தன் மனமோ தவிக்கின்றதே – உந்தன் ஒரு துளி
நீரோ.!!
எந்தன் மீதே முத்தம் ஒன்றை பதிக்காதா.!! என்றே
பாலத்தின் அடியினிலே பாலாறும் ஓடுகின்றதே.!!
பாதை மறந்து பாலாற்றின் உச்சி முகர்ந்திட ஆசை
கொள்கின்றேனே.!!
பயணத்தின் சன்னல்களோ சிறை கம்பிகளாய்
அடைத்திட.!!
இளம் காற்றாய் சட்டென்று புகுந்து சன்னல் கம்பிகளை
சுக்குநூறாய் உடைக்கின்றாயே.!!
இவைகளை எல்லாம் இன்முகத்தோடு கடக்கின்ற
பொழுதே.!!
காய்ந்த வயிறும் கை ஏந்தி நிற்கின்றதே – எந்தன்
கண்முன்னே!

-கு.ரமேஷ்குமார்

# பயணங்களில் அனுபவம்

பயணங்கள் சில நேரம் சிலிர்ப்பூட்டும்!
பலநேரம் திகைப்பூட்டும்!
இரண்டும் கலந்தது அனுபவம் பயணம்!
வாழ்க்கையின் மகிழ்வான பகுதி பயணம்!
மனதை குளிர வைப்பது பயணம்!
உல்லாச பயணமும் உண்டு!.
ஆன்மீக பயணமும் உண்டு!
எனக்கு பிடித்தது இரு சக்கர வாகன பயணம் மட்டுமே!
நீண்ட நேர பயணம் மனதை இலகுவாகிறது!
சாலையில்செல்லுமபொழுது மனம்
ஒருமுகப்படுத்துபடுகிறது!
வாகனம் ஓட்டும் போது ஒரு குதூகலம் மனதில்
பிறக்கிறது!
பயணங்களில் நமது வாழ்க்கை சிறப்பாக மாற்றுகிறது !
மூன்று மாதத்திற்கு ஒரு முறையாவது பயணம்
மேற்கொள்ளது அவசியம்!

-ம.வனிதா குமணவேல்

ரஞ்சனி பழனிசாமி

## தனிமையோடு ஒர் பயணம்

தாயின் கருவறையில்
பயணம் தொடர்ந்தவள்...
அம்மாவின் இடுப்பிலும்...
தகப்பனின் தோளிலும்...
சகோதரனின் கைக்குள்ளும்
பயணித்தவள்...
பன்னிரெண்டு வருட வனவாசம் அல்ல அல்ல...
சொர்க்க வாசம் அது....
மூன்றாண்டு... வாழ்க்கையின்
அர்த்தங்கள் கண்ட
கல்லூரி பயணம்...
தந்தையின் கடமை நிறைவேற்ற எண்ணி...
ஒருவனிடம் ஒப்படைத்து...
உன் வாழ்வு இவனுடன் என்கையில்...
எவனென்று அறியாதவனுடன்...
புன்னகையுடன் பயணிக்கிறாள்...
பிடிக்காதென்றாலும் சந்தர்ப்பத்தால்...

-சரண்யா தேவி குமரவேல்

## என்னவனுடன் ஓர் பயணம்

காற்றும் தலை கோதும்.. !.
கதிரவனும் விழி மூடும்..!
அந்தி மாலை பொழுததிலே என்னவனுடன் ஒரு பயணம்!

அதுவே எந்தன் முதல் (வெகு தூர) பயணம்!
பசுமை நிற மலைப்பாதை ..
அது தொலைக்கப்பட்டதோ..!
நிலவின் ஒளி அழகு காரணமோ!
அத்துனை அழகாய் பாதையதில்
மிளிரப்பட்டதே அந்த சிற்றருவி..!

பகலதில் காணா பயணம் அது..!
இரவதில் தந்ததோ புது அனுபவமே!

சற்றே அயர்ந்து உறங்கிய என்னை எழுப்பி விட்டதே!
அந்த மலை வளைவுகள்!

அருவியவளை அடைந்த எம்மை வரவேற்க வந்ததே!
மின்மினி பூச்சிகள்..!

வைகறை வேளை அதிலே..
கண் சிமிட்டும் நேரமதிலே...
அழகாய் வந்தான் ஆதவன் அவன்..!

நிறமாறிய அனைத்தும் கண் முன் இருக்க
தடுமாறி போனதே மனம்!

வெள்ளியென மின்னிய அருவி அவளே

ரஞ்சனி பழனிசாமி

அத்துனை அழகையும் நிறமாற்றினாளோ?
என்றே என்னை வினவ வைத்தாளே!

அவளை காண அத்துனை தொலைவு கடந்த எம்மை
நனைவிக்க கொஞ்சம் சாரலையும் அனுப்பி வைத்தாளே!

அணிகலன் இன்றி பதித்த எம்பாதமது கண்டது போலும்.
சூழ்ந்து கொண்டனவே..
அந்த வண்ண மீன்கள்.!!

அருகில் சென்ற என்னை தள்ளி விளையாடினாள் அருவி
அவள்...
தாங்கி பிடித்தான் என்னவன்!!!
கண்கள் விரும்பும் அத்தனை அழகும்
மனம் விரும்பும் என்னவனுடன்.. !
களிப்பின் உச்சத்தில் பயணம்
என்னவன் உடன் என் இனிய பயணம்.!

-ச. நர்மதா

# பயணக் காத்திருப்பு

வண்டி தயாராக
நின்று கொண்டிருந்தது.
வேகமாக ஓடி வந்து ஏறினோம் வண்டியில்...

ஏய் அடிச்சுக்காம உட்காருங்க
பாட்டியின் குரல்
உற்சாகமாக பயணம்
தொடங்கியது...
பாட்டி இங்க பாரு சூரியனும் நம்ம கூட வருது...

அத்தை மயிலு நிக்குது அங்கே பாருங்கள்
ஐஐஐ ஊரு வந்துருச்சு

பூசை முடிந்தது
மஞ்சள் மாலையுடன்
தயாராக நின்றன ஆடுகள்

சித்தி , சமைக்க எவ்வளவு நேரம் ஆகும்
அம்மா, யார் யார சாப்பிட கூப்பிடணும்

ரஞ்சனி பழனிசாமி

எல்லாருடனும் பந்தியில உட்கார்ந்து சாப்பிடுற ருசி
எங்கும் கிடைக்காது..
உண்ட சோறு செமிக்க
உற்சாகமான விளையாட்டு.

வீட்டுக்கு பயணம்
திரும்பும் போதும்
சூரியன் உடன் வருவாரு
பல்பல பிராணிகள்
உடன் வரும்.

ஆயிரம் தான் இருந்தாலும்
ஊரோட கோயிலுக்கு வருசம் வருசம் போற பயணம்
அழகானது...
கொரோனாவில எல்லாமே தடைபட்டு போச்சு...
காத்திருக்கேன் அந்த பயண நாளுக்காக!

**-கவிச்செம்மல்.ஆ.நித்ய கல்யாணி மதுரை**

# என் நினைவு பயணம்

என் அன்னையின் கருவறை இருளிலிருந்து
வெளிச்சம் காண துவங்கியது
என் வாழ்க்கை பயணம்...

என் தந்தையின் மார்பிலே
சுகமான சுமைதாங்கியாய் நடைபயிலும் பயணம்...

நான் எவ்வளவுதான் மிதித்தாலும்,
என்னை மதித்து சுமந்துச்சென்ற மிதிவண்டிப் பயணம்...

என்னை பள்ளிநாட்களில்
ஆசிரியர்கள் நல்வழிப்படுத்திய
ஆலோசனையெனும் புத்தகப் பயணம்...

பணமில்லாமல் நண்பனின் மனமென்னும்
இருசக்கர வாகனத்தில் தொலைதூரப் பயணம்...

என் கல்லூரி வாழ்விலே தொழிற்சாலைகளை காணும்
சாக்கில்
ஊர்ஊராய்ச் சுற்றுலா பயணம்...

ரஞ்சனி பழனிசாமி

என் அடிவயிற்றுப் பசியைப் போக்க
பணிகளை தேடிச்சென்ற பயணம்..

காதல் பூத்து இருமனங்கள் ஒருமனதாய் இணைச்சேர
திருமண பயணம்...

இல்லறங்களை நல்லறம் ஆக்குவதற்கு உறவினர்களுடன்
ஆன்மீக பயணம்...

தரைவழி, நீர்வழி, வான்வழி என எவ்வகை
பயணமாயினும்,
எவ்விருளில் இருந்து மீண்டு வந்தேனோ,
அவ்விருளை நோக்கியே
என் கல்லறை பயணம்...!

                   -கவிஞர் பாரதி பாஸ்கி, காரைக்குடி.

# என் ரயில் அனுபவம்...

வெளியூர் பயணம் நான் செல்ல
தூண்டி விடுவாய் என் நினைவுகளை!
நகராத இரு கோடு தண்டவாளத்தில்
மைல் வேகத்தில் நீ பறப்பாய்!

முன்பதிவில்லா பெட்டியில்
முன்பதிவு செய்யபட்டிருக்கும்
எனது கடந்த கால நினைவுகள்
முதல் காதல் முதல் கடைசி காதல் வரை !

உனக்கும் மூதாதையர் உண்டு-அது
என் சிறு வயது அட்டை ரயில்.
எரிபொருள் சக்கரம் இரண்டும் இல்லா
என் பட்ஜெட் பெரிய ரயில்!

உன்னோடு ஓடி வரும் மரங்களால்
உன்னை வீழ்த்த முடிவதில்லை
ஆங்கங்கே நின்று செல்லும் நிலையத்தில்
விட்டுப் பிடித்து தொடரச் சொல்வாய்!

அடம் பிடிக்கும் செல்ல குழந்தைகளை
ஜன்னலோர இருக்கையில் அமர்த்தினால்
அன்னை மடி அதுவென ஆர்பரிப்பர்.
குழந்தைப் புன்னகை ரயிலுக்குச் சமர்ப்பனம்!

பெரிய சத்தம் பெரிய வேகமாய் நீ செல்ல
சிறய சிகப்பு விளக்கு உன்னை மயக்கும்!
புத்தி மயங்கிய உன்னை எழுப்ப
பச்சை விளக்கு பளிசென்ன ஒளிரும்!

ரஞ்சனி பழனிசாமி

வளைந்து செல்லும் தண்டவாளத்தால்
வளைவு நெளிவு உனக்கு அழகு
அதை வடித்து கொடுத்த தண்டவாளம்
கவிஞுக்கெல்லாம் தலைவன் ஆனான்!

என் வருகை என் அம்மா எதிர்பார்க்க
என் அன்னைக்கு அன்னை நீயானாய்!
நல்ல படியாய் சேர்ந்து விட்டேன்
நற்பெயர் எல்லாம் நீ அடைவாய்!

நான் பயணம் செய்தது என்னவோ
முன்பதிவு இல்லா பெட்டிதான் – ஆனால்
எனக்கும் ரயிலுக்குமான உறவு
முன் ஜென்மத்தில் பதிவானவை!

-கவி கவிஞன் இரா சதீஷ் குமார்,
தொலைபேசி : 9962716789.

# சில்லுனு ஒரு பயணம் ....!

நெரிசல் அற்ற பேருந்து
காது கடித்து இதயத்தைக் காயப்படுத்தும்
இளையராஜா இசை
நடுநடுவில் மருந்திட்டு தேற்றும்
எஸ்பிபி குரல் ,.

பாதி திறந்த சன்னல்
தென்றலை அள்ளி
முகத்தில் அடிக்கும் காற்று ,

சன்னலின் வழியே
ஆடாய் மேயும் கண்கள் ,
சலனம் அற்ற உயர் மலைகள்
சட்டென ஆடும் உயிர் மரங்கள்
சாலையது சாரைபாம்பாய் வளையும்...!
எங்கு பயணம் என்பதை மறக்க செய்த
மாலை சுடர் நிலா ,

பூ போத்தி உறங்கும் சாலையில்
கொசுவாய் ஊறும் மக்கள்
புழுவாய் ஊறும் ஊர்திகள் ,..

ஆடையாய் நகரும் இலைகளை
இழுத்து பிடிக்க மறந்து
சுற்றியும் வரவேற்க நின்ற மரங்கள் ,..

அழகு
கொள்ளை அழகு ..!

ரஞ்சனி  பழனிசாமி

-ஞாழல்

பச்சை காமாலையோ என
வியக்கும் அளவு
அள்ளித் தெளித்த பச்சை ,.
ஆங்காங்கே காளானாய்
குட்டி குட்டி வீடுகள் ,.

எங்கிருந்தோ
எதை தேடியோ பயணம் போகும்
சல சல அருவி ,

பார்த்ததை பட்டியலிட முடியும்
உணர்ந்தை எச்சொல்லில் அடக்க
என்ற எண்ணத்தோடு அடங்கியது
என் கற்பனை ,.

" சிட்டு குருவியாய்
சின்ன துறவறம் வேண்டும் "
பறந்து பார்க்க அல்ல
முழுதும் திரிந்து பார்க்க ,..

-ஞாழல்

# என் தொடர்வண்டி பயணம்

நகர்ந்து செல்லும்
மரங்களின் காட்சி
மறைந்து போகும்
மனிதர்களே சாட்சி
பேரானந்தமூட்டும்
தொடர்வண்டிப் பயணத்திற்கு !

முதன் முதலாய்
பள்ளி சுற்றுலாவிலே
தொடர்வண்டி பயண
ருசி அறிமுகம் !

ஆறுகளின் மேலே
பயணம் செய்து
மகிழ்ந்தது பழங்கதையாக
கடலின் மேல்
சென்று பார்த்தது
அழகான அகமகிழ்வு !

அமர்ந்த நிலையில்
பயணம் செய்த
அனுபவங்கள் மாறி
படுத்துக்கொண்டே
பயணித்ததெல்லாம்
அருமையான சுகம் !

ரஞ்சனி பழனிசாமி

கீழ்ப்படுக்கையில் இருந்து
மேல்ப்படுக்கைக்கு
தாவிச் செல்கையில்
முதலில் தொடங்கிய
அச்சம் மெல்ல நீங்கி
ஆனந்தம் ஆரம்பம் !

தாலாட்டுப் பாடல்
கேட்டு தாய்மடியில்
தலை சாய்த்து
துயில் கொள்ளும்
சுகானுபவம் தரும்
தொடர்வண்டிப் பயணம்
என்றும் இனிமையே !

-க.செளபர்ணியா

## காதல் பயணம்:

அவளும் நானும்
சேர்ந்தே போவோம்
பள்ளிக்கு

அன்று என்னவோ தெரியவில்லை
அவளோ
பாதியில் கிளம்பிவிட்டாள்
வீட்டிற்கு

வயசுக்கு வந்தவள்
குடிசைக்குள் போனாள்
துணைக்கு என் மனைசையும்
எடுத்து கொண்டு போனாள்...

தினமும் அவளுடன்
அரட்டை அடித்துக் கொண்டு
வீட்டிற்கு போவேன்..
அன்று மட்டும்
அவள் நினைவுகள் நிரப்பப்பட்ட
தனிமையுடன் போனேன்..

சுற்றி எங்கும்
அவள் நினைவுகள்
ஆனால்
என்னோடு சுற்றி வந்தவள்
என்னுடன் இல்லை...

அவளோடு போன பயணங்களை
நினைக்க நினைக்க
இதயத்தில் காதல் மலர்ந்தது...

அவளும் பள்ளிக்கு வந்தாள்
சடங்குகள் எல்லாம் முடிந்தது...

ரஞ்சனி பழனிசாமி

அமைதிக் காரியும்
இம்சை செய்வாள்
காதல் வந்து விட்டால்..

பள்ளி முடிந்ததும்
எனக்காக நின்றாள்
வீட்டிற்கு போக..
என்ன பேசுவதென்று தெரியாமல்
குழப்பத்தில் நான்...

வார்த்தைகள் எல்லாம்
தூக்கில் இடப்படுகின்றன...
அவள் கண்களை
பார்த்து ரசிக்கும் பொழுது...
மௌனம் மட்டுமே
எந்தன் தாய்மொழியாகின்றன..
அவளுடன் பேச துடிக்கும் பொழுது...

என் மனம்
அவளிடம் சொல்ல துடித்தது..
அவையோ ;

வா
பேசிக்கொண்டு போவோம்
கதைகளை அல்ல
நம் காதலை....

**-கவிஞர் கவின்குமார்..**

# ரம்மியமான பயணங்கள்

தென்றல் தவழ்ந்திட
அசைந்தாடி மலரும்
பூக்கள்....

வண்ணப் பூக்களை
ஏந்தி நிற்கும்
பச்சைக் கம்பளமாய்ப்
புல் வெளிகள்...

வெயிலின் தாக்கங்கள்
தடுக்கும் குடைகளாய்
இருபுறமும் வானுயர
விரிந்திருக்கும் வசந்த
விருட்சங்கள்...

மணியடித்தபடியே
ஓடி மகிழும்
சிறுவர்களின்
மிதிவண்டிகள்...

உள்ளத்தில்
நன்கு கலந்திருக்கும்
ஊர் மக்களின்
வட்டார மொழிகள்...

ரஞ்சனி பழனிசாமி

தவமிருக்கும் கொக்குகளும்
செம்மையாய்ச் செழித்து
படர்ந்துள்ள செந்தாமரைகளும்
நிரம்பிய ஏரிகள்; குளங்கள்...
ஓட்டமெடுக்கும் ஓடைகள்...

நிமிர்ந்து நிற்கும்
மரங்கள், மலைகள்;
உல்லாசமாய் உலாவிடும்
விலங்குகள்; - இனிய
கீதங்கள் பாடும் பட்சிகள்...

கைகோர்த்து கதைகள் பேசி
நகைத்து மகிழ நட்பு என –

அத்தனை ரம்யங்களும்
நலமும் நிறைந்தது
கிராமத்துச் சாலையோர
நடைப்பயணங்கள்...!!

-ச. த. ரேணுகா

# வாழ்க்கைப் பந்தயம்...

பணயம் வைத்தே
பலரின் பயணங்கள்..

கற்றுத்தரும் ஆசான்
பயணம்..

பல்வேறு அனுபவச் சாலைகளை
ஒன்றாக இணைக்கும்
அதிசயப் பாலம்..
பயணம்..

நட்புகளை பூக்க வைக்கும்..
நல்லோர் பலரை பார்க்க வைக்கும்....
விபத்தில்லா பயணம்
விந்தைகள் பல கற்றுத்தரும்..

பேருந்து பயணம் தான்
பெரும்பங்கு பலருக்கும்..

நம்மை சரியான நேரத்தில்
சரியான இடத்துக்கு
கொண்டு சேர்க்கும்
பெற்றோர் போல்
உற்ற தோழன்..

இருக்கை பிடித்து
இறுக்கிப் பிடித்து
மிதந்து போகும்
பயணம்..

ரஞ்சனி பழனிசாமி

பலருக்கு இடம் விட்டும்
.சிலருக்கு இடம் கொடுத்தும்..
மனிதநேயம்
சொல்லிக் கொடுக்கும்!
மூத்தோரை
மதிக்கச் சொல்லிக் கொடுக்கும்..!

பேசத் தொடங்கின்..
அருகில் இருப்போரின் கவலையை
கணிசமாக குறைக்கும்...

பயணத்தால் பலர்
பா எழுதக்கூடும்..

பயணம்...
பண்பைத் தரும்!
அன்பைத் தரும்...!

-ஜோ.கோபிநாத், சேலம்.

## நீண்ட பயணம்

விழி இரண்டின் வழி சென்றால்
இமை நான்கின் இருள் சென்றால்
நீங்காத மர்மத்தில்
நீண்ட ஓர் பயணம் சென்றால்
பாதைகள் பலவென கண்டேன்!

வழி மாறிடும் மார்க்கமும் கண்டேன்!
கலைந்த சில கனவுகள் கண்டேன்!
காணாத பல முகங்கள் கண்டேன்!
கருவிழி நீர் கண்டேன்!
கண்டேன் கண்டேன்!

கருணைகளும்
காதலும் காமமும்
காயங்களும் கண்டேன்!

கட்டுக்கதைகளும்
காணா கலைகளும் கண்டேன்!
கண் கொண்டு
திரும்பிக் கண்டேன்!

கடந்த பாதையும்
கல்லும் முள்ளும்
காலெல்லாம் லலியுமாய்
கடைசியில் கண்டேன்!
என் பாதை முடியும்
ஆறடி கண்டேன்!
அமைதியை கொண்டேன்!

- கல்பனா

ரஞ்சனி பழனிசாமி

# தூரத்தில் விண்மீன்

நிலத்தில் உலாவும் பறவைகள் போல எப்போதும்
வானின் நட்சத்திரங்களை தோளில் சுமந்து நாளும்
நடப்போம்!
விடியலை நோக்கி நகர்ந்திடுமே பயணம் நாட்கள் ஏதும்
தெரியாமல்
அதிகாலை செவ்வானம் நம்மை அசத்திடும் அழகு
அதை புகைப்படம் எடுத்து ரசித்திடும் பயணியர்கள்
இயற்கையோடு இயைந்து பயணிக்கும் இன்பம்
தொடர்ந்து
தனிமையை போக்க பயன்படும் பயணம்
திசையேங்கும் பயணிக்கும் தீ போன்ற இளமை
வாகனத்தின் காதல் வாழ்க்கையை
கற்றுக்கொடுக்கிறது பயணத்தில்
சாரல் மழையை சாதகமாக இவர்கள் மட்டும் தான்
பயன்படுத்திகிறார்கள்
ஆசையாக இருந்தாலும் அனுபவிக்க
தொடங்கியது முயற்சி செய்தவர்கள் மட்டுமே
இவர்கள் போலவே இருந்திட இதயம் துடிக்குது
இருந்தாலும்
இன்னும் நான் மட்டும் இயலாமல்
மகிழ்ச்சிக்க முயல முடியாவிட்டாலும்
ரசிக்கிறேன் ஒரு விண்மீன் போலே
பயணம் செய்தே பாரதம் பழகுவோம்

-மு.காமாட்சி முத்துராமன்

# ஓரம்போ! ஓரம்போ ! ருக்குமணி வண்டி வருது!

இலைகளுக்கு இடையே அதிர்வு!
செடி கொடிகளின் நளினம்!
காற்றின் நடுக்கம்!
காயத்தின் தாக்கம்!
கண்ணீரின் ஓட்டம்!
இது முற்றுப்புள்ளியில்லாத முன்னோட்டம்!
அவளை அதிகம்
பாதித்த கண்ணோட்டம்!

அவளுக்கு இடி மின்னல் என்றால், அவ்வளவு பயம் ,
எதையும் அவ்வளவு எளிதில் யாரிடமும்
அதிகம் வெளிக்காட்டிக்கொள்ளமாட்டாள்!
எங்கே ! நம்மை வெட்டி கிழித்துவிடுமோ!
உடலை கூறு கூறாய் போட்டு விடுமோ!
பளிங்கு போன்ற என் கண்களை குருடாக்கி விடுமோ!

மணிக்கணக்கில்
மத்தளம் வாசித்தாள்!
மௌனப் படம் காட்டினோள்!
வான் நின்று வந்த வான் மழைக்கு
அவள் வாய் மொழியில் வணக்கம் சொல்லி,
வழி மேல் விழி வைத்து வரவேற்றாள்!

இயற்கை அது,
அதில் எத்தனை ரம்மியம்!
அயர்ந்து தான் போனாள்!
கொஞ்சம் அதிசயித்தும் போனாள் !
அதன் அற்புத விளையாட்டில்!
இவள் போகும் பாதை புதிது!
இவளது பயணம் புதிது !
இவள் பார்க்கும் இடங்கள் புதிது!
புதிரும் கூட !

ரஞ்சனி பழனிசாமி

கூட்ஸ் வண்டியில் குலுகுலு பயணம்!
காலியிடங்களை நோட்டமிட்ட நேரம்போக ,
ஜன்னலோர காவியம் ஒன்று படைத்தாள்!

நேரம் களவாடியது கூட
பாவம் இந்தப் பச்சக்குழந்தைக்கு தெரியவில்லை!
அப்படி ஒரு ஆத்மார்த்தமான ஆர்ப்பரிப்பு அவள்
நெஞ்சினில்!
குற்றாலம் தானே போனோம்?
ஏன், என் மனம் குதூகலிக்கிறது!
குட்டையிலுள்ள மீனைப் போல்,
காரணமின்றி துள்ளி குதிக்கிறது!

பிறவிப்பயனை அடைந்தால்,
அந்தப் பார்வதி!
பர்வத மலையின் மலைச்சாரல்
அவள் மனத்தைப் பக்குவப்படுத்தியது!
என்றும் சொல்லலாம்.

நில்லாமல் ஓடும் ,
ஓய்வில்லா நிதர்சன வாழ்க்கைக்குச்
சாவி கொடுத்து ,
நிறுத்தி தானே ஆக வேண்டும்!
இல்லையென்றால்,
சாவு பயத்தைக் காட்டிவிடுமே!

பயணம், பாழடைந்த மனத்தைக் கூட
பழுது பார்த்துவிடும்!
பலவீனமான இதயத்திற்குப் பனையோலையைக் காட்டி
பயத்தைப் போக்கி விடும் !

கூட்டமாகச் சென்றால்தான் பயணம்
சர்க்கரையாக இனிக்குமா என்ன ?
சுற்றி யாரும் இல்லாத தனிமையும் கூட
ஒருவிதமான சுகம்தான்!

இராகம் பாடும் வெண் புறாக்கள்
இவளுக்குக் கானம் பாடியது !
இவளுடன் காதல் கதையெல்லாம் பேசியது!

சலசல சாலைக்கூட
இவள் சஞ்சலத்தைச் சத்தமில்லாமல் தீர்த்து வைத்தது!

மனம் எவ்வளவு தான் ஓடும்?
ஒதுங்கி நிற்கட்டும் ஓர் இடத்தில் !
ஒரு முகம் அடைந்துவிடும்
ஓடை நிறையும் சத்தத்தில் !

என்ன நான் சொல்வது?
சரிதானே!

-பா.கவுசிகா (பார்கவி).

ரஞ்சனி பழனிசாமி

# பயணம்

"அனைத்து நாட்டின் பழக்கவழக்கங்களையும் ...
வாழ்க்கையில் எப்படி வாழவேண்டும் என்பதையும்...
கற்றுக் கொடுப்பதே பயணம்!!!

சில பயணம் இன்பத்தையும் ...
சில பயணம் துன்பத்தையும் கற்றுத் கொடுத்தே
வாழ்வில் மாற்றத்தை ஏற்படுத்துகின்றது!!!

கலாச்சாரம்,பண்பாடு, மொழி போன்று
யாவும் கற்றுக் கொடுப்பதே பயணம்....

பிரயாணம்(பயணம்) செய்யும் போது
நம் வாழ்க்கையில் நல்ல நண்பர்களை மறக்கவே
முடியாது !!!

பயணம் மேற்கொள்வதே...
நம் வாழ்வில் சிறந்த அனுபவம் கிடைக்கும்..
அழகான இயற்கையும்
அன்பான உறவுகளையும்
காண முடியும்...
பயணம் மேற்கொண்டால் மட்டுமே!!!!
பயணம் செய்து வெற்றி அடைந்தவர்கள்
நம் அகிலத்தில் இருக்கின்றார்கள்..

பயணம் மேற்கொள்வதால்
சமுதாயத்தில் விழிப்புணர்வு கிடைக்கும்...
பயணம் மேற்கொண்டு
அகிலத்தில் அன்பால் வலம் வருவோம்!!!"

-செ.சினேகா
திருப்பத்தூர் மாவட்டம்,
புதுப்பட்டு கிராமம்.

## இயற்கையோடு தொடங்கிய
## பயணத்தில் நான்,

இருள் சூழ்ந்த மேனியில்
எண்ணில் அடங்கா வைரம் போல் மிளிரும்
பல கோடி வெண்ணிற மச்சங்களை
ஆகாயத்தில் காணுகையில்
சிந்தையிழந்த நான்,

செந்நிறக் கதிர்களை எழுப்பிக் கொண்டு,
மலர் போல் விரியும்
அதிகாலை ஆதவனை காணுகையில்
சிந்தையிழந்த நான்,

பறவையாய் உலகைச் சுற்றி திரிய முடியாமல்
மகிழுந்தில் பறவையாய் பறக்கும் போது
சிந்தையிழந்த நான்,

பேசும் மொழி அறியா உணர்வுகளின் மொழியை
சிறு புன்னகையோடு ரசித்தவாறு
சிந்தையிழந்த நான்,

வெற்றுத் தாளில் வரையப்படாத ஓவியங்கள்,
எழுதப்படாத காவியங்கள் ரசித்தவாறு கற்பனையிலே!
வாழ்க்கைப் பயணத்தில் தன்னிலை அறியாமல்
சிந்தையிழந்த தருணம் ரசிக்கத்தக்கது!

-க.பானுபிரியா

ரஞ்சனி பழனிசாமி

# தோழியோடு கிடைத்த பயணங்கள்

எங்கேயும் செல்லாமல்
தனிமையில் கிடந்த என்னை
உன் அன்பால்
என்னை மாற்றினாய்
என் உயிரென இருந்தாய்.

வெளியே செல்லாமல் இருந்த என்னை
வெளியே அழைத்து வந்தாயே!
உன்னோடு பல நாட்கள் பயனித்தேன்
என்னை மறந்தேன்
உன் தோழில் சாய்ந்தேன்.

கோவிலுக்குள் சென்றோம்
நம் கவலைகளை கதைத்தோம்
மன நிறைவு அடைந்தோம்
உணவகங்களுக்கு சென்று
நாம் செய்த செயல்கள்
என்றும் நீங்காத நினைவுகள்.

உன்னோடு வெளியே பயணிந்த நாட்கள்
நான் மனநிறைவடைந்த நாட்கள்
அன்பின் அழகை உன்னில் கண்டேன்
என் உயிராய் நினைத்தேன்
அன்பு தோழியே!

_மு.ஹர்ஷினி

## புதுப்பயணம்

கருமேகங்களுக்கு கீழேயும்,
பனி புற்களின் நடுவேயும்,
ஊர்ந்து வரும் நத்தையும்,
ஓடிவரும் புள்ளி மான்களும்,
பயணத்தை தொடரமுடியாமல்
பாதைகளின் நடுவே வேலி...
இயற்கையை எதிர்த்து
திசைமாற்றும் பாதைகள்!

புகையையும் தூசியையும்
நெடுந்தூரம் கடந்து
இயற்கை அழகின் நடுவில்
எந்தன் பயணம் தொடர?
செயற்கை வேலியை தகர்த்தேன்!
புயலுக்குப்பின் ஏற்படும்
அமைதியை போல!
பயண இரைச்சல் நீங்கியது!

முட்களிடையே தோன்றிய
ரோஜாவை போல!
பாதையின் நடுவே
எத்தனை தடைகள் வந்தாலும்
எந்தன் பயணம் தொடரும்...
இயற்கையோடு தொடரும்!

-தினேஷ்குமார் பெரியசாமி

ரஞ்சனி பழனிசாமி

# சிகரத்தில் பயணம்

உச்சிக்கு செல்ல ஆசை!
தொடக்கத்திலோ ஆர்வமும் எளிமையும்!
சிறு தொலைவில் தொடங்கும் கடினமும்!
மிதிக்க வேண்டும் கல்லும் முள்ளும்!
கடக்க வேண்டும் மேடும் பள்ளமும்!
கைவிட வேண்டும் என மனம் தூண்டும்!
அதை துண்டிக்க வேண்டும்,
மனத் துணிச்சல்கள்!
ஊக்குவிக்கும் சில மனிதர்கள்
ஐயமுண்டாக்கும் சில மனிதர்கள்
இவ்வனைத்தும் கடந்தால் தொடலாம்
சிகரத்தின் உச்சத்தை!!!
அடிவாரம், உச்சி
இவ்விரண்டின் இடையில் பெறலாம்
புது அனுபவத்தை!!!

-ரா.சீனிவாசன்

# இலட்சியப்பாதை

மனிதன் உயிரோடிருக்க காரணம் இதயத்துடிப்பு;
மனதில் அதனைக் காக்கவேண்டுமென்பதே என்படிப்பு;
பிணியிலிருந்து மீண்டஉயிரின் முகத்தில்வரும் சிரிப்பு;
அந்நொடிகளை அனுபவிக்க பற்றவைத்தேன்
இலட்சியநெருப்பு
இலட்சியக் கோட்டையின் வாயில்
நுழைவுத் தேர்வால் அடைப்பு -எனினும்
வெற்றியோ தோல்வியோ முயற்சி
செய்யவேண்டும் என்ற நினைப்பு.

மருத்துவ கனவுக்காக அண்டை மாநிலத்தை
அடைந்த தோழியிடமிருந்து ஒரு அழைப்பு;
நமக்கான வாய்ப்பு இதுதானா என்றொரு துடிப்பு;
அன்றே கடலோர கேரளத்தை நோக்கி பயணிப்பு
அங்குள்ள இயற்கை வனப்பைக் கண்டு திகைப்பு;
பாறையிலிருந்து தானாகப் பெருகி வழியும்
நீரைக்கண்டு மனத்துக்குள் புன்சிரிப்பு -நம்நிலத்தில்
அருந்தவ நீருக்காக அன்றாடம் மக்கள்
அல்லற்படும் நிலையை எண்ணி சிறுபதைப்பு;

சென்ற இடத்தில் விடுதிகிடைக்காததால் சேர்க்க மறுப்பு;
அவ்வளவுதானா முடிந்ததா என்றொரு தவிப்பு
அறவழியில் கட்டணம்வாங்கி மாணவர் மத்தியில்
அறிவொளி புகுத்திடும் பாடசாலையைக் கண்டேன்;
சோலைகள் சூழ்ந்த பள்ளியும் அன்று
சாலையின் ஒரத்தில் விட்டுவிட்டு பெய்யும் மழைச்
சாரலைத் தெளிக்கும் தென்றலும் உண்டு.

ரஞ்சனி பழனிசாமி


கனவின்மீது நான் கொண்டிருந்த மோகம்;
கவலைகளைத் துரத்தி,கொடுத்தது புதுவேகம்;
வேகத்திற்குத் தடையாய் இருந்தது சிலரது துரோகம்;

ஆறாக நான் இருந்தேன்
தடைகளை உடைக்க முற்படவில்லை;மாறாகத்
தாண்டி சென்று கடலையும் அடைந்துவிட்டேன்.
ஒராண்டிற்குப்பின் என்னைக் கண்டு தடைகள் வருந்தின;
சரகாக இருந்திருந்தால் சேருமிடம் சேர்த்திருப்பேன்;
நகர முடியாத கற்களாய் இருந்தீர்கள் என்றேன்.

நுழைவுத்தேர்வு எனும் கட்டாயக் கதவையும்
திறந்து மாநில முதல்மருத்துவக்கல்லூரியில்
பிரவேசித்தேன்;
தீரா நோய்களைத் தீர்த்து மக்கள்
மனதில் வசிக்க ஆயத்தமாகிக் கொண்டிருக்கிறேன்.

**சி.மௌனிகா**.

# விபத்துகளை தவிர்

போதையில் வண்டி ஓட்டினால்,
பாதையில் விபத்து!
செல்போன் பேசிப்போனால்,
அதன் விளைவோ மிகப்பெரியது!

சாலையை கடக்க வேண்டும் கவனம்,
இல்லையென்றால் அந்நொடியே மரணம்;
சாலை விதிகளை கடைபிடித்து,
தலைக்கவசம் அணிந்து,
விபத்துகளை தவிர்ப்போம்;

-நந்தினி மாரப்பன்

ரஞ்சனி பழனிசாமி

# பள்ளிப் பேருந்து பயணம்

ஏழாண்டு முடிந்து
எட்டாம் ஆண்டில் அடியெடுத்த பின்னும்
ஏராள எண்ணங்களை என்னுள் கிளர்ந்தெழச் செய்து
ஏனென்று அறியா
ஏக்கங்களை என்னுள் புகுத்தியதோர் அரிய பயணம்
பதினாறாம் வயதின்
பள்ளிப் பேருந்து பயணம்!

ஆம்
பருவக் காதல் துளிர்விட்ட
பருவக் காலம் அது!

சிந்தை தோன்றிய வரிகளுக்கு
நான் வர்ணம் தீட்ட தொடங்கியோதோர் பொற்காலம்!

என் வழி மாற்றிய
வஞ்சகம் நிறைந்த பாதை அது!

ஆம்
விவசாயத்துறையில்
நுழைந்திருக்க வேண்டியவனை
நுழைவுத்தேர்வுக்கு தகுதியிழக்க செய்த
தவறான பாதை!

காதலுக்கு பொருளறியா பொழுதே
கவி தொடுக்க
தொடர்ந்து தூண்டிய
கடினப் பாதை!

பாவம்
அதன் விளைவே
இந்த விவசாயத்துறை விஞ்ஞானியின்
விவரமில்லா எழுத்துகளை
படித்து கொண்டிருக்கும்
அவலம் உங்களுக்கு!

எழுத்துப்பிழை என்றிருந்த என் வாழ்விற்கு
உண்மையில்
ஏற்றம் தந்தது எழுத்தாணி தான்;


ஒப்புக்கொள்கிறேன்
என் எண்ணம் தவறுதான்

என்னை சான்றோர்
வாழ்த்த வழிவகை செய்தது
நான் இவ்வளவு நேரம் வஞ்சித்த
வாலிப தொடக்கத்தின்
வளர்ச்சிப்பாதையே
எம் பள்ளிப் பேருந்து பயணம்!

**-கவிஞர் கோகுல் காளியப்பன்.**

ரஞ்சனி பழனிசாமி

# கா(தல்)லப் பயணம்

வானெங்கும் படர்ந்து
பாரெங்கும் வலம் வந்து
போகும் இடம் தெரியாமல்
சேரும் இடம் அறியாமல்
தெளியா நிலையுடன் தத்தளித்து
தொலைவில் சென்று
தேடலின் விடை யாதோ!

இடையினில் கருநிற மேகத்தினால் மறைக்கப்பட்டோ
திடுக்கென எய்யப்பட்டோ மின்னலால் கடக்கப்பட்டோ
கொட்டுகிற மழைதனில் நனையப்பட்டோ
மஞ்சள் பட்டு உடுத்திய சூரியனின் வெயிலினால்
சுட்டெரிக்கப்பட்டோ
பாதாள குழியில் விழுந்தோ
வரிசையடித்து நின்ற மரங்களால் ஒதுக்கப்பட்டோ
சேறான வழித்தடத்தினால் தடுக்கப்பட்டோ!

நெடு வானத்தை தொடு வானம் ஆக்க
ஆகாயம் சாய்ந்தாலும்
துயரமில்லாம் பயமில்லாமல்
சேரும் இடம் சேர்ந்து
காண்பவரைக் கண்டு
எந்தன் காதலை முன்மொழியாக்க,
நின்னைத் தொடர்ந்து பயணச்சாலையில்
ஓயாமல் கடிகாரத்தின் முட்களாய்
நகர்ந்துக் கொண்டே இருக்கும்
எந்தன் காலப்பயணம்!

-   ப.ஹரிணி(kaviyin_kadhali)

# இயற்கையின் இனிமை

உல்லாசஉந்தில் உல்லாசமாக செல்ல
சாலையின் இருபுறமும் மரங்கள் சாலையை கூடுகட்ட
வானத்தின் விளிம்பை விழியால் தேட
அதுவோ அருகே வா
அருகே வா என்றழைக்க
ஒருபுறம் மழை
மறுபுறமோ வெயில்
இரண்டும் இரட்டித்து மழை சொட்ட சொட்ட
இதமான குளிரில் இனிவான பயணம்
சென்றது என்னவோ ஊருக்குதான்
இயற்கையோடு இதயம் இணைந்து இன்பம்
இரட்டிப்பானதே

_ பி.மா.வேதா

ரஞ்சனி பழனிசாமி

# ஜன்னலோர பயணம்

பசும் போர்வை
போர்த்திய வயல் ....
புல்லின் மேல்
வியர்வையாய் பனித்துளி ....
வழிநெடுக பனையும்...
இடையே தென்னங்குலையும்.....
ஏற்றம் இறைக்கும்
எருதுகள் ....
ஏர் சுமக்கும்
திமில் ....
நாற்று நடும் குமாரிகள்...
குழவை இடும் கிழவிகள் ...
ஆவாரம் பூ
உண்ணும் ஆடுகள்...
மாடத்தில் மலர்ந்த
துளசியின் வாசம் ...
திண்ணை படியில்
பல்கலைக்கழகம்....
அனுபவ பாடம்
சொல்லும் பெரிசுகள் ...
காற்றின் கதையை
தலையாட்டி கேட்கும்
மரங்கள்.....

காணக் கிடைக்காத
விருந்தை படைத்தது!

பேருந்தின்
ஜன்னலோர பயணம் !!

சங்கீத பிரியா .மு

# அவளின் அறுதி

வாழ்வின் ஒவ்வொரு பயணமும் ,
மறக்கமுடியாத நினைவுகளை தரும்.
ஆனால்...
அன்று நாம் செய்ய பயணமோ,
வாழ்வின்
மறுக்கமுடியாத
நினைவாக மாறிவிட்டன!
அன்றைய நாள்முழுவதும் என்னை நீ,
சிரிப்பலையில் மூழ்கடித்தாய்.
அப்போதுகூட தெரியவில்லை,
நீ என்னை உன் சிந்தனை
அலைகளோடு
மூழ்கடிக்க போகிறாய் என்று !
ஒவ்வொரு நாள் விடியலும்
உன் முகத்தில் தான் விழித்தேன்,
இப்போது
வாழ்வின் விடியலில்லாமல்
விழிக்கின்றேன்!
நம் ஒவ்வொரு சாலை பயணத்தின் போதும்,
இயற்கையை பலமுறை ரசித்திருப்போம் !
ஆனால் இப்போது மிகவும்
கவலைப்படுகிறேன்...
உன்னை மிகவும் ரசித்திருக்க வேண்டுமென்று !
நம் ஒவ்வொரு பயணத்தின் போது,
என்னை மகிழ்விக்க நீ
முயற்சி செய்வாய்,

ரஞ்சனி பழனிசாமி


அப்போது தெரியவில்லை
நீ மரணத்தின் பிடியில் சிக்கிக்கொள்ள
போகிறாய் என்று!
காலங்கள் கடந்துவிட்டன,
ஆனால்
காயங்களிலிருந்து கடக்கமுடியயவில்லை...
எனது ஒவ்வொரு பயணத்திலும்,
உன்னுடைய கடைசிநொடி
பயணம்தான்
நினைவில் இருக்கிறது...
இப்படிக்கு,
நினைவுகளுடன் உன் மகள்!

-தேவகி மாதையன்

# என்னவனுடன் காதல் உலா

பயணத்தின் பிடியில் சிக்கிய நினைவுப்பாதையின்
மறுபுறம்!
நீர் சூழ்ந்த கருமேகம் இடையில்
நடைகொண்ட என்னில் தோன்றிய
சில காதல் கவிகள்!

பனியில் நனைந்த ரோஜா போல
நனைந்தேன் சாரல் மழையாக
நீ வந்ததால்!

பனிக்கட்டியாக இருந்த நான்
உன்னால் உருகியதென்ன!
உருகிய நானும்
உருக்கிய நீயும்
உயிரோடு உயிராகி
தரணியை வலம் வருவதென்ன!

இங்ஙனம் எண்ணிய என் கற்பனையின் எல்லையென்ன!
நாம் சந்தித்த அந்த மாலை பொழுதில்
நான் உணர்ந்தது
கடற்கரை மண்ணில் பாதம் பதிக்கத்தெரிந்த எனக்கு
என் நினைவுகளிலும் உன் பாதம் பதிக்கத்தெரியும்
என்பதே!

ரஞ்சனி பழனிசாமி

வெறுச்சோடிய சாலையில்
இரவின் வாசத்தில்
நிலவின் வெளிச்சத்தில்
சில்லென்ற தென்றல்
என் மேனியை தாக்கிடும் சுகத்தில்
காதல் இன்னிசையொன்று
செவியில் உரசிட அனுபவிக்கும் நொடிகள்
எல்லாம் சொர்க்க நொடிகளே!

-தர்ஷினி

## முடிவில்லா முடிவைத்தேடி

அந்தப் பேருந்தின் சாளரம் பிரமிப்பானது!
அவந்திகா மரங்கள் ஓடுகின்றனவெனக் கூச்சலிட்டாள்!
அம்மாவின் கைகளை இருக்கமாகப் பற்றிக்கொண்டாள்!
காலங்கள் ஓடிவிட்டன!
அவந்திகாவும் வளர்ந்துவிட்டாள்!
அம்மாவை அழைத்துக்கொண்டு அமெரிக்கா
செல்கிறாள்!
அம்மாவிற்கு விமானப்பயணம் புதியது ஆகும்!
இம்முறை சாளரத்தருகே அவந்திகாவின் அம்மா!
அவந்திகாவின் கைகளை இறுகப்பற்றுகிறாள் அம்மா!
சாளரத்தின் வெளியே மேகங்கள் ஓடுகின்றன!
அவந்திகாவின்அம்மா கூச்சலிட்டாள்!
குழந்தை அவந்திகாவைப்போலவே!
அவந்திகா தன்னுடைய மழலைமுகத்தைக் கண்டாள்!
பயணம் எதுவாகினும் சுகமே இவ்வுலகில்!
பயணத்தின் முடிவு அறிந்தது உண்டோ?
முடிவில்லா முடிவைத் தேடிச்செல்வோம் வாரீர்!

-ப.கலைச்செல்வி விவேகானந்தன்,கரூர்.

ரஞ்சனி பழனிசாமி

# தொடரும் பயணம்

மின்னல் வேகத்தில் தொடர்வண்டி!
சன்னல் ஓரத்தில் நான்!
மரங்கள் பின்னோக்கி செல்வது போல்!
மனமும் பின்னோக்கிச் செல்கிறது!
சிந்தனையில்.....

எத்தனை தூரம்!
அதில்
எத்தனை பாரம்!

இருப்பினும் ஓயாது ஓடுகிறது!
சிலரின் வாழ்க்கையைப் போல்!
பிரிந்தே சேர்ந்து செல்லும் பாதைகளில்...
எனக்கான பாதையை கண்டேன்!
வளைந்து செல்லும் திருப்புமுனை போல்....
எனக்கான திருப்புமுனையை தீர்மானித்தேன்
மாறும் வழிதடத்தில்...
என் வாழ்க்கைத் தடத்தை கண்டறிந்தேன்!
இடையிடையே வரும்
நிறுத்தத்தில்....
என்னுடைய இடத்தை இனங்கண்டேன்!
கடந்துசெல்லும் பயணிகள் போல்.....

என் பிரச்சனைகளை
கடக்க கற்றுக்கொண்டேன்!
பயணங்கள் புதிதல்ல....
அதில் அமைந்த அனுபவம் புதிது!

இறங்கும் இடத்தில்...
இறங்கிய உடல்!
இறங்க மறுக்கும் மனம்!
தொடரும் பயணம்!

-சு. கோகிலா

# கோடை பயணம்!...

நீண்ட நாள்களுக்கு பிறகு
வெகு தூரமான பயணம்,
நினைவுகளுடன் பயணம் நீண்டுக்கொண்டே போனது,
போகும் தூரம் அறியவில்லை,
சரியாக இருக்குமா தெரியவில்லை
இருந்தும் பயணம் சென்றது...

மனமும் மௌனம் சாதித்தது
நேரம் கடந்து உன்னை கண்ணில் கண்டது தான்
ஆர்பரிக்கும்
சந்தோஷம் என் மனதில்...
உன் அழகை கண்டு
திகைத்து நிற்க ,தாமதமாக தான் உன்னிடத்தில்
வந்தேன்....

மூச்சுகாற்று என்னை தீண்ட
சொக்கி தான் போனேன்....
நீ தொடும் போது நாணத்தில்
வெட்கம் கொண்டேன்....
அளவுகடந்த சந்தோஷம் ,
நிமிடங்கள் கறையை ஆரம்பித்தது...
உன் சிரிப்பில் அடிமையாகி
போனேன் ,
கிடைக்காத மீனை பிடித்து
விளையாடிய தருணம் அழகு தான்....

ரஞ்சனி பழனிசாமி


நெருக்கம் குறைய ஆரம்பித்தது, எண்ணற்ற முத்தம்
மழையே
எனக்காக கொடுத்தாய்...
உன்னோடு களித்த நிமிடங்கள் சொல்ல வார்த்தைகள்
இன்றி
ஏனோ, தடுமாறிகிறேன் ....
உன்னோடு இப்படியே இருந்து விட ஆசை மனதை
ஆட்கொண்டது ,
சுற்றும் மறந்து உன்னில் மயங்கியே கிடந்த நிமிடம்
இனிமையான நினைவுகள் தான் என் வாழ்வில்....

மகிழ்ச்சியில் ஒரே ஆட்டம் ,
உன் அழகை பார்த்து கொண்டே உன்னோடு சேர்ந்து
சாப்பிட்ட மீன் குழம்பு இன்னும் நாவில்....
உன்னில் இருந்து விடவே
மனமே துடியாய் துடித்தது, உன்னை பார்த்து கொண்டே
என் பயணமும் ,
உன் நினைவோடு
இனிதாய் முடிந்தது.....

(கற்பனை காதலன்- அருவி –
கொடிவேரி அருவி)


-    அன்பின் சகி ( சு. வசுந்தரா தேவி)

## ஜன்னலோர தனிமை...

சில கவலைகளை மறந்து பறக்கும்
பறவை போல் உணர்வு...!
காற்று வீசும் போது தான்
கண்ணீரும் மறக்கின்றன...!
துக்கமோ சந்தோஷமோ
ஜன்னலோரம் கேட்கும் மனம்
பயண அனுபவம்...

மு.பிரைஸி

ரஞ்சனி பழனிசாமி

## என் பயணமிது...

தொடங்கும் வாழ்க்கையை – என்
ஊரிலிருந்து பயத்துடன் தொடங்குகிறேன்...

கண்ணிமைக்காது இனிமையான
எதிர்காலத்தை நோக்கி
நகர்கிறேன் – எல்லை
காணா இடத்தினைப் பெற்றுவிட
துவண்டுவிடா மனிதராய்
தரணியிலே தடம் பதித்து
சாதனைகளை படைத்திட
விரைகிறேன் – ஓர் பயணம்
ஊர்க்குருவியான – நான்
பருந்தாக மாறுவதற்கான
சாலைவழிப் பயணமிது – என்
ஊர்ச்சாலை விட்டு பிரதான சாலை
காண பயத்துடன் செல்ல
தாய் அணைத்து தந்த முத்தங்களோ!
அதற்கு மருந்தாக புறப்பட்டேன்

அது பல்கலைக்கழக – முதல் நாள்
பயணம்!
ஊர் வீதியால் செல்கையிலே – இரு
மருங்கிலும் மரங்களனைத்தும் தலையசைத்து
எனை வழியனுப்பியதாய்
உணர்ந்தேன் – அத்துடன்
பாடசாலைப் பிள்ளைகளின்
கல கல சிரிப்பொலி – அவை
என் இளமை பள்ளிக்கால
ஞாபகங்களை மீட்டின

ஊரின் சாலை நடுவிலோ
பெரியதோர் ஆலமரம் – அதன்
கிளைகளிலோ ஏராளமான பட்சியினம்
அதன் அன்புக் கீச்சொலிகளோ!
இன்னிசை ராகங்களாய் – எனை
வழியனுப்பின...

பாதிக் கடலை நீந்தியது போல
பாதிக் கிணற்றை தாண்டியது போல
அழகிய சாலையை கடந்து,
பிரதான சாலையை நெருங்க
பஸ் தரிப்பிடத்திலே பிரயாணிகளோ
அதிகமாக – அன்று
பரபரப்பான முகங்களுடன்
வேலைக்கு, அலுவலகத்திற்கு, வியாபாரத்திற்கு
செல்வோர் – என
நிறைந்திருக்க
நானும் அதில் ஒருத்தியானேன்

அகலமாகிவிட்டது பிரதான சாலை – அழகிய சாலைகள்!
– ஆனால்,
சாலை இரு மருங்கிலும்
நிழலில்லாமை கண்டு
தவிக்கிறது மனம்!

இவற்றை கடந்து,
துள்ளி ஓடும் மான் குட்டியாய்
தொடர்கிறது பயணம் – அது
என் வாழ்க்கை பயணம்...

-செல்வி. சிவகுமார் தேவமலர்

ரஞ்சனி பழனிசாமி

# நகராத பயணம்

உழவர் சந்தை பேருந்தும்,
பால்க்காரரின் அழைப்பும் தான் அலறிமணி!
நேரம் காலம் பார்க்காமல்
அலறிக் கொண்டிருக்கும் வாகனங்களின் ஒலி!

வயிற்றுக்கும் வாகனத்திற்கும் தீணி போட்டுப்
பள்ளிக்குச் சவாரி செல்லும் ஆட்டோ மாமா!
தினந்தோறும் தெருவில் வலம் வரும்
குப்பைகளை இடம்பெயர்க்கும் அக்கா!

சாலையோர புங்க மரங்களோடு
சலிக்காமல் உரையாடும் சாரைக் காற்று!
போகலாமா வேண்டாமா என யோசனையுடனே
அவ்வப்போது எட்டிப் பார்க்கும் மழைத் துளிகள்!

பெட்ரோல் தீர்ந்த வண்டியை
தள்ளிக் கொண்டு செல்லும் நடுத்தர வயதுக்காரர்!
கால்களில் செருப்பின்றி
கல்விக்கூடத்திற்கு செல்லும் அரசு பள்ளி மாணவர்கள்!

இந்திராகாந்தி சிலையின் அருகில் அமர்ந்திருக்கும்
செருப்பு தைக்கும் தாத்தா!
கல்லூரி பேருந்துக்காக காத்திருக்கும்
இளைஞர் கூட்டம்!

தினசரி வாடிக்கையாய் போன மக்களின் வாழ்க்கை
அவன் வாழ்க்கையின் வேடிக்கையாய் போனது!
பார்வைக்கு பரிசான யாவும்
அவன் வாழ்வின் நிதர்சனம் ஆகவில்லை!

நடுவானில் நட்சத்திரம் போல,
நடைபாதை சிறுவனுக்கு எட்டாத தூரத்தில் இருந்தன
பள்ளிக்கூடமும், பயணங்களும்!

தினந்தோறும் அந்த சாலையைக் கடக்கும்
பலநூறு பேரில் அவனும் ஒருவன்;
ஆனால் அந்த சாலையை அவன் கடந்ததே இல்லை!
தன் பெயரைத் தவிர சொந்தமென்று ஏதுமில்லை;
தன் பெயர் சொல்லும் சொந்தமென்றும் யாருமில்லை!
பல நூறு பேரின் பயணங்களின் மத்தியில்
நகராமல் ஓடிக்கொண்டிருக்கிறது
அவன் வாழ்க்கையும்!

-    வான்மதி நிலா

ரஞ்சனி பழனிசாமி

# பயணத்தில் கவிஞன்

தண்டவாளத்தில் ஓடும்
இரயிலே உன்னுடன்
பயணம் செய்த பின் தான்
தெரிந்தது உன்னுடைய
ஊர்வலம் எல்லாம் !

நான் காட்டில் கூட
பார்த்ததே இல்லை
இப்படி ஒரு நீள பாம்பை !
சத்தத்துடன் தான் கிளம்பும்
எல்லா வசதிகளும் உண்டு
கழிவறை மட்டும் இலவசம் !

எந்த மொழிக்கும் யாருக்கும்
கட்டுப்பாடே இல்லை
ஆனால் ஆக்ரமித்துவிட்டனர்
வடஇந்தியர் !

பல நிறங்களில் பல மனிதர்கள்
உள்ளே
பட்டினியோடு வேலை இல்லாத
இளைஞர்கள் !
சினிமாவில் அங்கீகாரம் இல்லாத
பாடகர்கள் !
ஊனத்துடனும் வாய் பேசாத மௌனத்துடனும்
வாழ்க்கை போராளிகள் !
தொழிலை விரிவுப்படுத்த பயணம் செய்யும்
விலைமாதுக்கள் !
கைத்தட்டலுடன் ஆசிர்வதிக்கும் சில
திருநங்கைகள் !

இவர்களின் மத்தியில் நான்
கவிதைக்காக பயணிக்கும்
கவிஞன் !
சரி எழுத ஆரம்பிக்கலாம் என
போகையில் ஒரு குரல்
சார் சாயா !
தமிழ் வாழ்க என எழுதிவிட்டு
அவனிடம் கூறினேன்
ஏக் சாயா !

**பொன்.கலையரசன்**

ரஞ்சனி பழனிசாமி

# நான் கண்ட காட்சிகள்

மகிழ்ச்சியான இதயத்துடன்
சாலை வழிபயணத்தில்
மனதை பாரமாக்கிய மாலைநேர காட்சி!!!

அந்திமாலை பொழுதில்
சிந்தைகலந்த பயணத்தில்
விந்தைபுரிந்த காட்சி
என்னுள் அகந்தை அகன்றதே சாட்சி!

அடுக்குமாடி கட்டிடங்கள்
மிடுக்காய் நகரும் கோபுரங்கள்
துடுக்காய் சென்ற பயணத்தில்
நெஞ்சில் வடுக்களாய் கண்ட காட்சிகள்!

சிந்தை பிறழ்ந்த நிலையில் சிலர்
கந்தையணிந்த நிலையில் பலர்
எந்தய்க்கண்ணில் எம்மினம்
பந்தமின்றி பாசமின்றி பராரிகளாய்!

என்நெஞ்சுக்குள் முல்லாய் தைக்க
பஞ்சுக்குள் தீயாய் பற்ற பதறினேன்
தஞ்சமின்றி தவித்திடும் ஆன்மாக்கள்
நஞ்சுண்டதுபோல் நான்கண்ட காட்சிகள்!

இவன்
கரந்தை கவிஞர், புலவர் -எல், செல்வகுமார்

# தேடலுடன் என் பயணம்

சுற்றம் நீங்கி
சுழலும் பூமியை நோக்கி
ஓர் பயணம்...
முதல் நாள்
முடியாத நீண்ட சாலையில்
என் பயணத்தை தொடர்ந்தேன்...
சன்னல் ஓரம் அமர்ந்தேன்!
சலசல என்று
சங்கீதம் பாடும் தென்றல்
என் காதின் ஓரம் இசைக்க!
சாலையோரம் உள்ள சோலையில்
சிட்டுகுருவி ரெண்டு
அமர்ந்து கதை பேசுதே!
கண்ணை பறிக்கும் காட்டாறு
என்னையும் கடந்து செல்கிறதே!
பச்சை பசேலென்ற
பசுமை தோட்டம்
என் பார்வையை
பறித்துக்கொண்டதே!
வண்ண மலர்கள்
வழியெல்லாம் மனம் வீசி
என் மனதை திருடிவிட்டதே!
அழகிய அந்திவானம்

ரஞ்சனி பழனிசாமி

இரு கண்களுக்கும்
விருந்தளித்ததே!
தூரம் கடக்க கடக்க
சூரியனோ
துயில் கொள்ள
சென்றுவிட்டான்!
நொடி விடாமல்
என்னை வியக்கவைத்த
இந்த
எழில் கொஞ்சும் இயற்கை,
இன்னும்
என் பயணத்தை நீட்டிக்காதா?
முடிவில்லா பயணத்தை நோக்கி
தேடலுடன் நான்
பயணப்பட்டுக்கொண்டிருக்கிறேன்!!
ஏனெனில்,
இது
என் வாழ்க்கை
என் பயணம்!!!

கவிதாயினி : கோ.யுகதர்ஷினி
திண்டுக்கல்.

# அகம் வென்ற தொடர்வண்டி

அந்தி வானமது அகழும் தருணம்
கனம் கூடும் இதயமது – மின்
பாயும் வேகமெடுக்கும்.

விரைந்து செல்ல மனம் ஏங்கும்,
விரைத்துப் போய் எண்ணம் நிற்கும்,
கரங்களும் காற்றில் கதைக்கும்
கதை இதுவோ !!

வாடிய வதனமது வசந்தம் கொள்ளும்,
வாகை சூடியதுபோல் வண்ணம்
கொள்ளும் என் எண்ணம் !!

கரை தொட்ட கணம் கடக்க,
இருவிழி இருட்டி, மதிவிழி பூட்டி,
மங்குமோ, மயங்குமோ என்று
தொங்கிக் கடக்கும் – தொடர்வண்டிப்
பயணத்தில் அகம் தொலைத்தவன்
இவனோ !!!...

-சக்திவேல் மாரியப்பன்

ரஞ்சனி பழனிசாமி

# கிராமத்து வழியாக ஒரு பயணம்!

கரைபுரண்டு ஓடும் வெள்ளத்தைக் கண்டேன்!
காரிருள் கொண்டு வந்த மழையை இரசித்தேன்!
ஏரிக்குளங்கள் நிரம்பக் கண்டேன்!
ஏறு பிடித்து உழும் உழவரை இரசித்தேன்!
கண்ணுக்கழகா வயல்வெளிக் கண்டேன்!
கவலையை மறந்து பசுமையை இரசித்தேன்!
மக்கள் சென்ற மாட்டுவண்டி கண்டேன்!
நானும் சென்று பயணத்தை இரசித்தேன்!
அழகு மிக்க ஆறுகள் கண்டேன்!
அதில்,
நீரைப் பருகும் ஆட்டை இரசித்தேன்!
பனை ஓலையால் வேய்ந்த குடிசையைக் கண்டேன்!
அங்கே இருந்த மூதாட்டியை இரசித்தேன்!
துள்ளிக்குதித்த சிறுவர்கள் கண்டேன்!
நானும் சென்று விளையாடி மகிழ்ந்தேன்!!

வே.கனிமொழி.

# சிறகடித்துப் பறக்கையிலே

வானுலாவும் வானூர்தியாம்
வான் உயரப் பறக்கையிலே !
மண் மீது கடுகளவில்
மேல் நோக்கிக் கை அசைத்து
நகை புரிந்தே நின்றேன் நான்...
காலத்தின் கடிகாரமும்
ஓயாமல் சுழன்று போக
கடிகாரத்தின் முள்ளொன்று
முன்னே என்னை உந்தித் தள்ள....
கனவாய் இருந்த காரியமும்
கண் முன்னே நின்ற நொடியில்
விமானமும் கண் முன்னே
கால் வைக்கும் அரை அடியில்
காரிகையும் கை குவித்து
வணங்கி எம்மைப் பக்குவமாய்
இருக்கையிலே அமர வைத்தாள் ...
தாயகத்தை பிரியும் சோகம்
அறியாத வயதினிலே
சன்னல் ஓரம் இருக்கை கிட்ட
சந்தோஷத்தில் துள்ளிக் குதித்தேன்...
பறவையின் சிறகொன்று
எனக்கே முளைத்தாற்போல்
வானுயர பறக்கையிலே
கர்வம் ஒன்று கொண்டேன் நான்
பறந்தது அரை மணியாயினும்
நினைவுகளோ அரை நூற்றாண்டாயினும்
நெஞ்சை விட்டு நீங்காதே!!!

ஷாரிகா .தே

ரஞ்சனி பழனிசாமி

## பயணங்களின் நினைவில்:

என் எல்லா பயணமும் உன் நீங்கா நினைவாகவே
தொடர்கிறது ....
சில நேரம் மகிழ்வோடும் சில நேரம் வலிகளோடும்....
நான் கொண்ட பயணங்கள் வலியை கொடுத்தே
செல்கிறது...

சாலை ஓரத்தில் வாடிய முகத்தோடும்
ஏங்கிய கண்களோடு வண்ணம் தீட்டா ஓவியமாகிய
மழலையை தன் இடுப்பில் சுமந்து கொண்டும்..
தலையில் பழ சுமையை தாங்க கொண்டு
தன் பச்சிளம் குழந்தை பசியை போக்க நிற்கும்
பெண்ணை
கடந்தே செல்கிறேன் சக பயணிகள் பார்த்த வண்ணமே...

பல இயற்கையை கண்டு ரசித்தாலும்
மனம் ஏனோ மகிழ்ச்சிக்கு இடம் கொடுப்பதில்லை...
ஏனோ வலிகளோடு தொடங்கியது
ஒவ்வொரு பயணமும்...

-ரேவதி பால்மாணிக்கம்

## தித்தித்த இதயம்

மனதை மணக்கவைத்த
மழைச்சாரல்..!
விழிகளை வியக்கச் செய்த
பொன்விடியல்..!
இதயம் பறித்துப் போன பூங்காற்று..!
அடடா..!
என்னவென்றுரைப்பேன்,
எழிலுற்று மயக்கும்
வண்ணப் பூக்களை..!
அழகை அள்ளித் தெளித்துத் துள்ளும் அருவிகள்..!
உயிரை மெதுவாய்
கடத்தித் தாவும் பறவைகள்..!
அழகோடு புரண்டு
மனதாரக் களித்து
பனியோடு உருகிய நொடிகள்..!
நினைக்க நினைக்க நிமிடங்களும் தித்தித்து
இதயத்தை இனிமையாக்குகிறது..!
கனமான மனதிற்கு மருந்து,
நான் நனைந்த நிமிடங்களை நினைக்கும் பொழுது..!

-தரங்கிணி முருகன்

ரஞ்சனி பழனிசாமி

# பயணப்பாடம்

சலசலக்கும் இதயத்தை
சாமாரம்வீசி இதம்தரவே
சாளர இருக்கையும்
வசதியாய் அமைந்ததே
சாந்தமும் செய்ததுவே!

ஊர்உறங்கிய இரவுநேரம்
ஊன்துளைக்கும் ஈரப்பதம்
நகர்ந்திடும் சாலைதனில்
தூரத்து ஓர்புள்ளிநோக்கி
வெறித்த பார்வையும்
வெளிச்சத்தை கண்டிடுமே!
இலக்கினை உணர்த்திட
நம்பிக்கையும் அளித்திடுமே!

அலைமோதிடும் புத்துணர்வு!
அழைத்துச்செல்லும் விசைதிசை!
சிகைக்கோதி விளையாடி
வம்பிழுக்கும் காற்று!
காதோர கானமாய்
தேனூறும் காதலிசை!
இன்பத்தின் எல்லைப்புக
வேறென்ன வேண்டும்?
என் பயணமே!

பாதைகள் கடந்துபோக
பாடமும் உரைக்குதடி!
வாழ்வே கடப்பதுதான்
கிடைத்ததை வைத்தே
கடப்பதில் மகிழுங்கள்!

மாயாதி

# பயணம் அதில் தேவை கவனம்

நீங்கள் செல்லுங்கள் சந்தோஷமான பயணம்!
அந்த பயணத்தில் இருக்கணும் கொஞ்சம் கவனம்!
அப்போதுதான் அந்தப் பயணம் சிறப்பாக முடியும!

தலையில் அணிய வேண்டும் தலைக்கவசம்!
இல்லையென்றால் நமக்கு செய்வாங்க திவசம்!

நமது மக்கள்,
சாலை விதிகளைக் கடைப்பிடிப்பதில் கொஞ்சம்
அலட்சியம்!
அதனால் தான் நடக்கிறது விபரீத தருணம்!
சாலைவிதிகளை மதிப்போம்!
பயணத்தை இனிமையாக்வோம்!

இவண் விக்னேஷ்

ரஞ்சனி பழனிசாமி

# ஜன்னலோர இருக்கை

இதமே இதுவென்றறிந்தேன்
இளந்தென்றல் இன்னிசைமீட்ட
வருடிசென்ற காற்றும்
இதமென்றறிந்தேன்.

இசையே இதுவென்றறிந்தேன்.
தாண்டி செல்லும் ஊர்திகள்
விட்டுசெல்லும் ஓசையினை
இசையென்றறிந்தேன்.

இணக்கம் இதுவென்றறிந்தேன்
இடைவிடாது இணைபிரியாது
கிளைகள் மோதும் மரங்களும்
இணக்கமென்றறிந்தேன்.

இணை இதுவென்றறிந்தேன
இடையே வெண்பிளவிருந்தாலும்
இணைந்து நிற்கும் சாலையினை
இணையென்றறிந்தேன்.

இதயம் லேசாக
இயற்கை அன்னையின்
இனிதான அரவணைப்பில்
இதழ்விரிந்த புன்னகையுடன்
இமைமூடவும் மறந்து திளைத்திருந்தேன்
அந்த ஜன்னலோர இருக்கையில்...

-    அருள்மொழி காதலி ஷர்மி

# சாலை (பயணம் )

பயணங்களின் வாகனம் பாதை

வெள்ளைக் கோடுகளை
நலம் விசாரிக்கிறது,
என் பாதங்கள்!

என் ஒவ்வொரு பயணங்களையும்
செம்மைப் படுத்துகிறது!
விதிகளை மீறினால்
விபத்து நடக்கிறது!

சாலை. ...
விபத்தினை விதி என்று எண்ணாமல்
மதி கொண்டு வெல்வோம்!
சோதனைகளை சாதனையாக்குவோம்!
சாலை பயணமும் அழகானவை!

எதை ரசிப்பது!
எதை விடுவது! என்று
குழம்பும் மனதில்
விவேகம் எனும் வாகனத்தில்
சாலைகளோடு பயணித்து
நான் நடந்து செல்லும் பாதையில்
என்னைப் பின் தொடரும்
என் சாலை வழி பயணம்.

கு.கவிப்பிரியா

ரஞ்சனி பழனிசாமி

# கடைசிப் பயணம்

சருகுகள் நிறைந்து பரவியிருக்கிறது!
அதனோடு பனித்துளி
கூடல் கொள்கிறது!

நிசப்தங்கள் நிறைந்த
இந்த வண்டி பாதையின்
வரலாறுகளை
சாம்பல் கொண்டே
வரையப்பட்டு இருக்கிறது!

கழுகுகளின் அலறலும்
நரிகளின் ஊளையும்
என் செருப்புகளின்
இரைச்சலை
கரைத்துவிடுகிறது!

அழுகையின் ஆலாபனையும்
அதனோடு கரம் கோர்த்துக் கொள்கிறது!
மலர்களின் தூவல்களில்
கேளிக்கை வாசம் அடிக்கிறது!
நெருப்பின் உயிர்ப்பில்
நிம்மதி உறக்கம் தேடுகிறது!

இந்த ஒரு வழிச்சாலையின்
தொடர்வண்டி
கனத்த பாரத்தோடு
நீண்டுகொண்டே இருக்கிறது!

அ.சதிஸ்குமார்

## கோடையில் நான்!

ஓயாத அலைகளாய் உன்னுடன் நான் பயணித்த
ஞாபகங்கள்,
ஒவ்வொரு முறை பார்க்கும் போதும் புதியவளாய்
தெரிவாய்
இது எனக்கு மட்டுமே புதிதாக தெரிகிறதா என்ற ஒரு
வினா,
நெடுந்தூர பயணங்கள் மீது தீராத தாகம் உண்டு,
அதுவும் மலைகளின் மீதான ஈர்ப்பு ஒரு வித பரவசம்!
மலைப்பைத்தியம் என்று கூடச்சொல்லலாம்,
வாழ்க்கை எங்கோ நம்மை இழுத்து செல்ல முற்படும்
போதெல்லாம்
ஒரு முறை அந்த மலைகளின் இளவரசியிடம் போய்
அனுமதி பெற்றால்தான் நிம்மதி எனக்கு,

அந்த மலைகளின் ஊடே செல்கையில் காணாமல்
போகும்
கானல் நீராய் என் அத்தனை மனப்போராட்டங்களும் !
எத்தகு அழகு என்று வியந்து பாராட்டுவது கேட்டு
அவள் சில்லென்ற காற்றை என் கன்னத்தில்
முத்தமாக பதிந்து விட்டு செல்வாள்,
பெயர் அறியா பூக்களும் பட்சிகளும் என்னை
வா வா என அரவணைப்பது போல் இருக்கும் !

ரஞ்சனி பழனிசாமி

படகு சவாரியும், மிதிவண்டி ஊர்கோலமும்,
சுடச் சுட அவித்த சோளமும்,கடலையும் ,
பைன் மரக்காடுகளின் சத்தமும்,
குதிரை சவாரியும், காட்டெருமையின் கனத்த
தோற்றமும் ,
பறவைகளின் ஓயாத கச்சேரியும் ,
புதுப் புது மனிதர்களின் மெல்லிய புன்னகையும்,
பிரையன் பூங்காவின் ரோஜா மலர்களும்,
புகைப் படக்காரர்களின் கோரிக்கையும் ,
பறந்து விரிந்த புல் வெளிகளின் ஈரமும்,
தெருவோர நீண்டநெடிய கடைகளும்,
தேயிலையும் காபியும் சாக்கலேட்டும்,
யூகலிப்டஸ் மரங்களின் மயக்கும் வாசனையும்,
என் அருமை மந்திகளின் பசிப்போராட்டமும்,
ஒரு நவீன ஈடன் தோட்டமாய் தெரியும்
என் கண்களுக்கு மட்டுமே!
என்று காண்பேன் மீண்டும் இந்த அழகை !
புதுப் புதுக்கதைகள் சொல்ல வேண்டும் உன்னிடம்!

க.கீர்த்தனா

## என்னவுடனான பயணம்:

என்னவனின் தோள் சாய்ந்து
ஜன்னல் ஓர இருக்கையில்
என் பிள்ளைகள் பற்றிய கனவுகளுடனும்
அவனுடனான சில ஊடல்களுடனும்
தொடங்கிய பயணம் அது....

தெரியும் என்ற நிலையில் இருந்து
இன்னும் இவ்வளவு இருக்கா
என்ற நிலைக்கு வருகிற
தருணம் அது.....

வீட்டில் போடும் சண்டைகள்
பேசும் வார்த்தைகள்
மௌனம் சேமிக்கும் தருணங்கள்
எல்லாமே இந்த பயணத்தில்
மறைந்து விடுகிறது....

நான்கு சுவருக்குள் இருந்த
அமைதியை பயணம்
விரட்டி விடுகிறது....

புதிய ஓசைகள் காதுகளுக்கு இசையாகிறது
புதிய சுவாசங்கள்
எங்களை மாற்றுகிறது....

சிறுவயதில் நான் செய்த பயணம்
எல்லாம் நினைவுக்கு வருகிறது
அன்று நான் பயந்தது போல
இன்று எங்கள் பிள்ளைகள்....

ரஞ்சனி பழனிசாமி

வாழ்க்கையே விசித்திரமாக இருக்கிறது
மனதில் கேள்விகள் பல முறை
எழுகின்றன அவற்றிக்கான
பதில் ஒரு முறை தான்.

எல்லாம் இருந்தும்
பயணங்களின் போது
கிடைக்கும் சந்தோஷம்
ஏதோ ஒன்றை
பெறுவது போல் இருக்கிறது....

வீசும்காற்று கூட சற்று
மெதுவாய் வருகிறது
சுட்டெரிக்கும் பகலவனும்
தன் பணிக்கு விடுப்பு
எடுத்து கொண்டு சென்று விட்டான்.

இத்தனை நாள் பயம் ஏற்படுத்திய வளைவுகளோ
இன்று மிக அழகாய் காட்சி அளிக்கிறது
மரங்கள் பின் வந்து ரசிக்கிறது...

ஓ! என்னவனின் கை
வளைவுக்குள் நான் உள்ளதால்
இயற்கையிடம் இத்தனை முரணா???!!!!!

-மணிமேகலை

## சாலைப் பயணங்கள்

ஒத்தயடி பாதையிலே
ஒய்யாரமாய் நடக்கையிலே
சாலையோர மர நிழலினிலே
இளைப்பார அமர்ந்தேனே!...

கட்டு சோறு கட்டுக் கொண்டு
மரத்தடியில் குத்திக்கிட்டு
ஒரு கவலம் சோற்றையுண்டு
குட்டி நித்திரை ஒன்றை சுகமாய்
போட்டேனே!...

சாலையோர மரங்களிலே
பறவைகள் குடியிருக்க
கீச் கீச்சென்ற குரலோசை
ஊரெங்கும் கேட்டதுவே!...

மாமன் மகளை பரிசம் போட
நினைவோடு நடந்தேனே!
அன்று நடந்த சாலை இன்று
பொளிவிழந்துப் போனது ஏன்?

மரங்களையும் காணவில்லை
ஒத்தயடி சாலையும் ஏனில்லை!
ஒன்று இரண்டு நான்கு ஆறு என
சாலைகளாய் அகலமானது ஏனோ?

மரங்களே! மரங்களே!
நிழல் சுவாசம் தந்தாயே!
நடந்த என் களைப்பும் தீர
படுத்து உறங்கி சென்றேனே!

ரஞ்சனி பழனிசாமி

மக்கள் பெருகி போனதுவோ?
வாகனம் பெருகி போனதுவோ?
ஒத்தயடி ஆறு வழியாய் ஆனதுவோ!
உன்னையும் வெட்டி ஏன்? சாய்த்தனரோ!

இன்று....
ஒதுங்கி நின்றிட நிழலும் இல்லை!
பறவைகள் தூங்கிட இடமும் இல்லை!
தூய்மை காற்றுக்கும் இனி வழியுமில்லை!
பசுமைக்கே இனி வழியுமில்லை!

கொரோனும் வந்தது எதனாலே!
அசுத்தம் சூழ்ந்தது அதனாலே!
நோய்கள் பெருகியது எதனாலே!
சுத்தத்தை இழந்தோம் அதனாலே!

சாலைகள் விரிவாக்கம் வேணாமே!
இயற்கையை அழித்திட வேணாமே!
சாலையோரம் மரங்களை வளர்த்திடு
இழந்த இயற்கை அரணை போற்றி
காத்திடு!

செங்கை
வி. மனோன்மணி.

www.ingramcontent.com/pod-product-compliance
Lightning Source LLC
Chambersburg PA
CBHW051901130726
47987CB00002B/933